ਪੰਜਾਬੀ ਬੋਲ

New G.C.S.E. Panjabi Speaking

Naresh Chandla & Dyal Kaur Thandi

Asian Languages Support Group

Authors: **Naresh Chandla & Dyal Kaur Thandi**

Published by: **Asian Languages Support Group**

Printed By: **Asian Languages Support Group**

ISBN: 978-0-9566728-1-0

Distributors: Asian Languages Support Group
39 Underwood Road
Handsworth Wood
Birmingham
B20 1JR
Tele: 0121 686 0753

Email: Info@asianlanguages.co.uk

Asian Languages Support Group

About this book

The specification for GCSE Panjabi has changed and the first examination is due to be held in summer 2011. There is a lack of Panjabi resources which are in accordance with the new specification. To fill the gap, this book has been written according to the speaking examination requirements, contexts and purposes in the new specification. The new GCSEs examinations are designed for 14-19 years old students and it is expected that the language learning and assessment should be relevant to the students' experiences and level of maturity.

It is Asian Languages Support Group's intention to produce good quality resources which are based on students' experiences in today's society. We believe that we can only stimulate students for learning Panjabi if the work is based on what they do and enjoy in the context of Panjabi culture in the U.K. Working on these principles, our authors are determined to change the landscape of Panjabi learning by providing better resources that encourage interactive learning and teaching. This book is part of our efforts to realise that vision.

We have prepared the learning and teaching materials in this book with a view to guiding teachers on how to prepare and assess students for the speaking examination. In addition, the materials are designed to empower the students to prepare for and achieve a better grade in the GCSE speaking examination. All contexts and purposes have been addressed to guide students to not only prepare themselves for examination but also to develop the language for further use.

We are grateful to Assessment and Qualification Alliance (AQA) for the permission to reproduce the information about Panjabi Speaking examination and the marking criteria from GCSE Specification.

We hope that it will prove to be a good learning and teaching resource which will benefit both students as well as teachers.

Naresh Chandla & Dyal Kaur Thandi

Introduction: GCSE Panjabi Speaking Examination

What is required of a candidate in the speaking examination?

25% of the marks

10 –12 minutes 40 marks

Students will attend one session of between 10 and 12 minutes. This test will be

Conducted and recorded by the teacher and marked by an AQA's examiner.

The test will consist of **two sections**

- **Presentation and discussion** based on a stimulus provided by the student and prepared prior to the date of the test. Students will be expected to speak for between 30 and 90 seconds and to answer questions on their presentation for a further 30 to 90 seconds (up to approximately 3 minutes in total). The topic of the presentation may be drawn from the contexts published in this specification. Alternatively, students may prefer to choose a context of their own.

  20 marks

- **General conversation** on 2 contexts of the candidate's choice. These topics must avoid the topic chosen by the candidate for the presentation and discussion. The topics of the conversation may be drawn from the contexts published in this specification. Alternatively, students may prefer to choose contexts of their own. Students aiming at Grade C or above will be expected to express personal opinions, present information and show an ability to deal with unpredictable elements and to use a variety of structures.

  20 marks

Students may take into the examination room for this part of the test a **cue card (see a sample on page 9)**, containing a maximum of five short headings for each of the contexts chosen by the student. There must be no conjugated verbs or full sentences on the card.

As students will have done their preparation beforehand, they do not need any preparation time before the test.

Students must not have access to a dictionary during the test.

No specified period will be timetabled for Speaking Tests and centres are free to conduct them at any time. All tests must be despatched to the AQA examiner on or before 15 May.

Detailed instructions for the teacher-examiner will be issued prior to the examination.
(AQA GCSE Specification – 2011)

Assessment Criteria

	Communication	Range of Language	Accuracy	Interaction and Fluency	Total
Presentation & Discussion	8	4	4	4	20
Conversation	8	4	4	4	20
Total	16	8	8	8	40

Marks	Communication (Presentation & Discussion and Conversation)
7-8	A good range of information and points of view are conveyed. Responses are developed/explained with confidence. Can narrate events.
4-6	A fair amount of information and points of view are conveyed. Responses are developed beyond the minimum.
1-3	Some simple information and opinions conveyed. Some responses rarely developed beyond the minimum.
0	No relevant information conveyed.

Marks	Range of Language (Presentation & Discussion and Conversation)
4	A wide range of vocabulary, complex structures and a variety of verb tenses.
3	A range of vocabulary; Some complex sentences.
2	Limited vocabulary; sentences short and simple.
1	Very limited vocabulary - just isolated words and occasional phrases.
0	No recognisable words.

(AQA GCSE Specification – 2011)

Marks	Accuracy (Presentation & Discussion and Conversation)
4	All messages are clear and errors usually appear only in more complex structures. Accent and intonation consistently good.
3	Messages are clear in spite of some errors. Accent and intonation generally good but some inconsistency.
2	Most messages are communicated though errors are quite frequent. Accent and intonation sometimes delay communication.
1	Some messages are communicated but errors are very frequent. Accent and intonation make comprehension difficult.
0	No messages are communicated.

Marks	Interaction and Fluency
4	Responds readily and shows initiative. Conversation sustained at a reasonable speed, language expressed fluently.
3	Ready responses, some evidence of an ability to sustain a conversation, may sometimes take the initiative.
2	Some reaction. Sometimes hesitant, little natural flow of language.
1	Little reaction. Very hesitant and disjointed.
0	No language produced is worthy of credit.

- The marks awarded for Range of Language, Accuracy and Interaction and Fluency must not be more than one mark higher than the mark awarded for Communication.
- A mark of zero for Communication will automatically result in a zero score for the task as a whole.

(AQA GCSE Specification – 2011)

GCSE Panjabi Speaking Examination

Student's Self Assessment Tool

Grade	Assessment Criteria	✓	X	?
E	I can present simple information	✓		
E	I can express likes and dislikes	✓		
E	I can pronounce well enough to be understood	✓		
E	I can take part in conversation and discussions answering simple questions	✓		
C	I can take part in conversation and discussions			
C	I can express points of view	✓		
C	I can understand some unfamiliar words and respond to them			
C	I can speak in different tenses	✓		
A	I can start and develop conversations and discussions			
A	I can describe events in detail (eg. narrate a soap episode)			
A	I can use of a wide range of vocabulary in presentation and conversation			
A	I can explain ideas and points of view			
A	I can talk using a variety of sentence types			
A	I can talk with confidence and with good pronunciation and intonation			

Cue cards for Presentation and Conversation: Examples

Candidates are allowed to take into the examination a cue card containing five short headings for each of the contexts chosen. The information on these cue cards must be in form of words or phrases, and must not be in full sentences.

Context: Lifestyle; Relationships and choices (Example 1)

- Nature of family members and friends
- My relationship with family and friends
- My best friend and his/her qualities
- Peer and parental pressure
- My future plan and views on getting married

Context: Leisure; Holidays (Example 2)

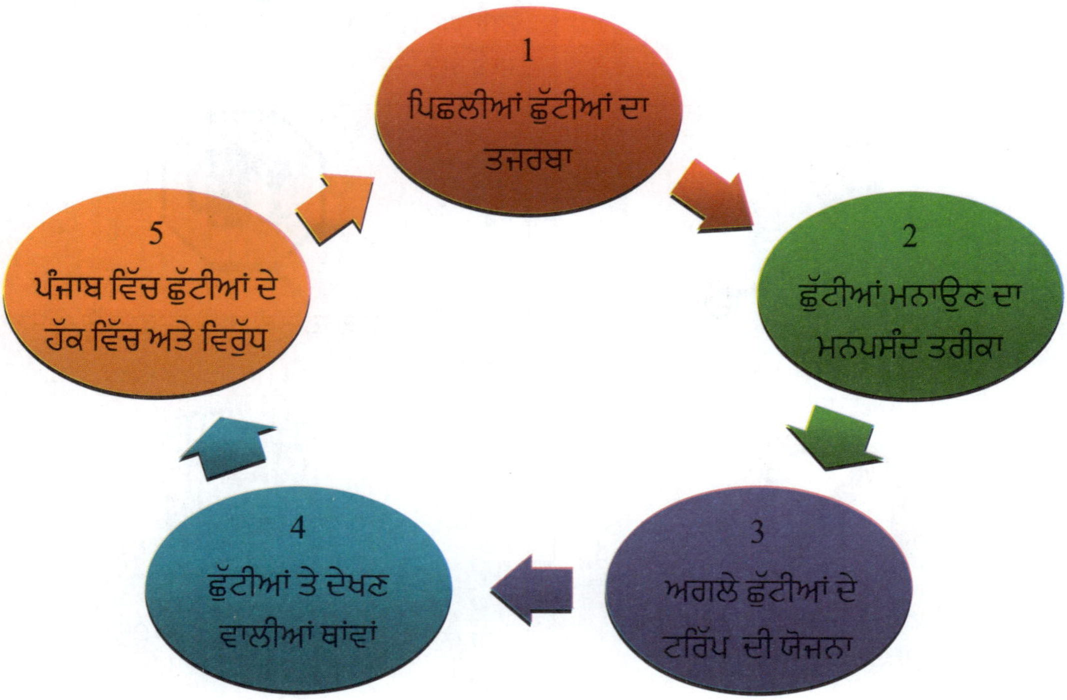

Section 1

Context: Lifestyle

Healthy and unhealthy lifestyle and their consequences

ਸਿਹਤਮੰਦ ਰਹਿਣ ਲਈ ਕ੍ਰਿਆਵਾਂ

 ਸਿਗਰਟਾਂ ਪੀਣੀਆਂ ਬੰਦ ਕਰਨ ਲਈ ਲੋਕਾਂ ਨੂੰ ਕੀ ਸਲਾਹ ਦਿਓਗੇ ?	 ਤੈਰਨ ਦੇ ਸਿਹਤ ਲਈ ਕੀ ਕੀ ਫਾਇਦੇ ਹਨ ?
 ਸਾਈਕਲ ਚਲਾਉਣ ਵੇਲੇ ਕਿਹੜੀਆਂ ਗੱਲਾਂ ਦਾ ਧਿਆਨ ਰੱਖਣਾ ਚਾਹੀਦਾ ਹੈ ?	 ਤੁਸੀਂ ਘਰ ਵਿੱਚ ਕਸਰਤ ਕਰਨੀ ਪਸੰਦ ਕਰੋਗੇ ਜਾਂ ਜਿੱਮ ਵਿੱਚ ਜਾ ਕੇ ਅਤੇ ਕਿਉਂ ?
 ਖੇਡਾਂ ਨੌਜਵਾਨਾਂ ਲਈ ਕਿਉਂ ਜ਼ਰੂਰੀ ਹਨ ?	 ਸ਼ਰਾਬ ਦੇ ਨਸ਼ੇ ਤੋਂ ਬਚਣ ਲਈ ਤੁਸੀਂ ਨੌਜਵਾਨਾਂ ਨੂੰ ਕੀ ਸਲਾਹ ਦਿਓਗੇ ?
 ਲੋਕ ਨਸ਼ੇ ਕਿਉਂ ਕਰਦੇ ਹਨ ?	 ਨੌਜਵਾਨਾਂ ਨੂੰ ਜਿੱਮ ਵਿੱਚ ਜਾਣ ਲਈ ਕਿਵੇਂ ਉਤਸ਼ਾਹਿਤ ਕਰੋਗੇ ?

Context: Lifestyle **Healthy and unhealthy lifestyle and their consequences**

ਕਹਿੰਦੇ ਨੇ ਸਿਆਣੇ ਗੱਲਾਂ ਸੱਚੀਆਂ, ਖਾਧੀਆਂ ਖੁਰਾਕਾਂ ਕੰਮ ਆਉਣੀਆਂ !

ਇਹ ਗੀਤ ਕਿਸ ਨੇ ਗਾਇਆ ਹੈ ? ਇਸ ਵਿੱਚ ਸਿਹਤ ਸਬੰਧੀ ਕੀ ਕੀ ਸਿੱਖਿਆ ਦਿੱਤੀ ਹੈ ?

	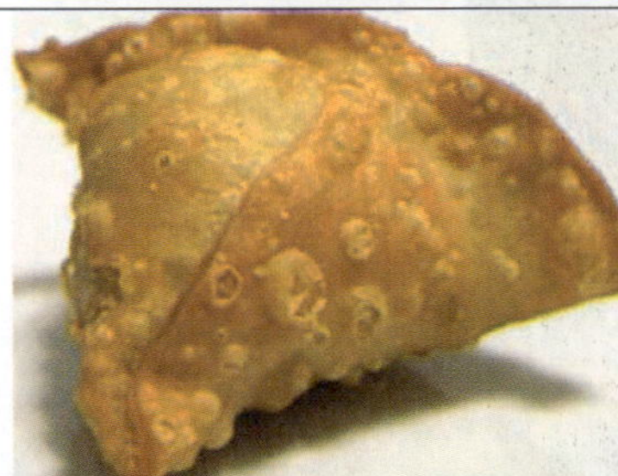

Describe these food items in complete sentences. You may mention their colour, shape, taste and whether they are healthy or unhealthy to eat. Persuade others to eat healthy items, giving good reasons. Explain which of these food items are healthy or unhealthy and why?

Context: Leisure **Advantages and disadvantages of new Technology**

ਟੈਕਨੌਲੌਜੀ ਦੇ ਫਾਇਦੇ ਤੇ ਨੁਕਸਾਨ

ਤੁਸੀਂ ਕੰਪਿਊਟਰ ਦੀ ਵਰਤੋਂ ਕਿਹੜੇ ਕਿਹੜੇ ਕੰਮ ਲਈ ਕਰਦੇ ਹੋ ?

ਗੀਤ ਸੰਗੀਤ ਤੇ ਮਨੋਰੰਜਨ ਲਈ ਕੰਪਿਊਟਰ ਦੀ ਵਰਤੋਂ ਬਾਰੇ ਆਪਣੇ ਵਿਚਾਰ ਦੱਸੋ ?

ਅੱਜ ਕੱਲ੍ਹ ਕਈ ਸ਼ਰਾਰਤੀ ਬੱਚੇ ਮੋਬਾਇਲ ਫੋਨਾਂ ਦੀ ਵਰਤੋਂ ਕਰਕੇ ਹੋਰ ਬੱਚਿਆਂ ਨੂੰ ਤੰਗ ਕਰਦੇ ਹਨ ਤੇ ਕਦੇ ਕਦੇ ਧੱਕੇਸ਼ਾਹੀ ਵੀ ਕਰਦੇ ਹਨ। ਇਸ ਬਾਰੇ ਸਾਨੂੰ ਕੀ ਕਰਨਾ ਚਾਹੀਦਾ ਹੈ ?

ਆਪਣੇ ਦੋਸਤਾਂ / ਸਹੇਲੀਆਂ ਨੂੰ ਸੰਚਾਰ ਦੇ ਇਨਾਂ ਸਾਧਨਾਂ ਤੋਂ ਪੈਦਾ ਹੋਏ ਖਤਰਿਆਂ ਤੋਂ ਸੁਰੱਖਿਅਤ ਰਹਿਣ ਬਾਰੇ ਕੀ ਸਲਾਹ ਦਿਓਗੇ ?

ਮੋਬਾਇਲ ਫੋਨ ਦੀ ਵਰਤੋਂ ਦੇ ਕੀ ਕੀ ਫਾਇਦੇ ਤੇ ਨੁਕਸਾਨ ਹਨ ?

ਅੱਜ ਕੱਲ੍ਹ ਸਕੂਲਾਂ ਵਿੱਚ ਮੋਬਾਇਲ ਫੋਨ ਬੱਚਿਆਂ ਦੀ ਪੜ੍ਹਾਈ ਵਿੱਚ ਰੁਕਾਵਟ ਪਾਉਂਦੇ ਹਨ। ਆਉਣ ਵਾਲੇ ਸਮੇਂ ਵਿੱਚ ਇਹ ਸਮੱਸਿਆ ਕਿਵੇਂ ਹੱਲ ਹੋਵੇਗੀ ?

ਇੰਟਰਨੈੱਟ ਅਤੇ MSN ਤੇ ਜਿਨ੍ਹਾਂ ਲੋਕਾਂ ਨੂੰ ਤੁਸੀਂ ਨਹੀਂ ਜਾਣਦੇ ਉਨ੍ਹਾਂ ਨਾਲ ਨਿੱਜੀ ਗੱਲਾਂ ਕਰਨੀਆਂ ਕਿੱਥੋਂ ਤੱਕ ਠੀਕ ਹਨ ?

Context: Leisure   Holidays: Plans, preferences and experiences

- ਤੁਹਾਨੂੰ ਪੰਜਾਬ ਵਿੱਚ ਛੁੱਟੀਆਂ ਤੇ ਜਾ ਕੇ ਸਭ ਤੋਂ ਵਧੀਆ ਕੀ ਲੱਗਾ ਤੇ ਕਿਉਂ ?
- ਪੰਜਾਬ ਵਿੱਚ ਰਹਿੰਦੇ ਆਪਣੇ ਰਿਸ਼ਤੇਦਾਰਾਂ ਬਾਰੇ ਕੁਝ ਦੱਸੋ ?
- ਪੰਜਾਬ ਵਿੱਚ ਤੁਹਾਨੂੰ ਕਿਹੜੀ ਚੀਜ਼ ਪਸੰਦ ਨਹੀਂ ਆਈ ਤੇ ਕਿਉਂ ?

- ਹਰਿਮੰਦਰ ਸਾਹਿਬ ਬਾਰੇ ਤੁਸੀਂ ਕੀ ਕਹਿਣਾ ਚਾਹੁੰਦੇ ਹੋ ?
- ਇਹ ਚਿੱਟੇ ਗੁਰਦੁਆਰੇ ਕਿਹੜੇ ਸ਼ਹਿਰ ਵਿੱਚ ਹਨ ਤੇ ਤੁਸੀਂ ਉਸ ਸ਼ਹਿਰ ਬਾਰੇ ਕੀ ਜਾਣਦੇ ਹੋ ?
- ਲੋਕ ਇਹ ਗੁਰਦੁਆਰੇ ਦੇਖਣ ਕਿਉਂ ਜਾਂਦੇ ਹਨ ?

☞ ਇਸ ਤਸਵੀਰ ਵਾਲੇ ਬੁੱਤ ਕਿਹੜੇ ਸ਼ਹਿਰ ਵਿੱਚ ਹਨ ਤੇ ਇਹ ਕਿਹੜੀ ਥਾਂ ਤੇ ਹਨ ?

- ਤੁਸੀਂ ਇਸ ਸ਼ਹਿਰ ਬਾਰੇ ਹੋਰ ਕੀ ਜਾਣਦੇ ਹੋ ?
- ਪੰਜਾਬ ਵਿੱਚ ਛੁੱਟੀਆਂ ਤੇ ਜਾ ਕੇ ਤੁਸੀਂ ਹੋਰ ਕਿੱਥੇ ਕਿੱਥੇ ਗਏ ਸੀ ?

☞ ਕੀ ਤੁਸੀਂ ਇਹ ਥਾਂ ਦੇਖੀ ਹੈ ? ਇਹ ਕਿੱਥੇ ਹੈ ਅਤੇ ਇਸ ਦਾ ਨਾਂ ਕੀ ਹੈ ?

- ਤਸਵੀਰ ਵਿੱਚ ਹੋਰ ਕੀ ਕੀ ਦਿਸਦਾ ਹੈ ?
- ਇਸ ਸਾਲ ਗਰਮੀ ਦੀਆਂ ਛੁੱਟੀਆਂ ਵਿੱਚ ਤੁਸੀਂ ਕਿੱਥੇ ਜਾਓਗੇ ?
- ਛੁੱਟੀਆਂ ਤੇ ਜਾ ਕੇ ਕਿਸ ਤਰ੍ਹਾਂ ਦੀਆਂ ਕ੍ਰਿਆਵਾਂ ਕਰੋਗੇ?

Context: Leisure Holidays: Plans, preferences and experiences

ਤੁਸੀਂ ਕਿਸ ਤਰ੍ਹਾਂ ਦੀਆਂ ਛੁੱਟੀਆਂ ਤੇ ਜਾਣਾ ਪਸੰਦ ਕਰਦੇ ਹੋ ?

ਸਮੁੰਦਰ ਕੰਢੇ ਤੇ ਛੁੱਟੀਆਂ ਤੇ ਜਾ ਕੇ ਤੁਸੀਂ ਕੀ ਕੀ ਕਰਨਾ ਪਸੰਦ ਕਰੋਗੇ ?

ਇੰਗਲੈਂਡ ਵਿੱਚ ਬਹੁਤੇ ਲੋਕ ਸਮੁੰਦਰ ਕੰਢੇ ਤੇ ਛੁੱਟੀਆਂ ਮਨਾਉਣ ਕਿਉਂ ਜਾਂਦੇ ਹਨ ?

ਇੰਡੀਆ ਵਿੱਚ ਛੁੱਟੀਆਂ ਤੇ ਜਾ ਕੇ ਕੀ ਕੀ ਦੇਖੋਗੇ ?

ਤਾਜ ਮਹੱਲ ਬਾਰੇ ਤੁਸੀਂ ਕੀ ਜਾਣਦੇ ਹੋ ?

ਇਸ ਤਰ੍ਹਾਂ ਦੀਆਂ ਥਾਵਾਂ ਦੇਖਣ ਜਾਣ ਦੇ ਕੀ ਫਾਇਦੇ ਹਨ ?

ਪੰਜਾਬ ਵਿੱਚ ਛੁੱਟੀਆਂ ਤੇ ਜਾ ਕੇ ਪਿੰਡ ਵਿੱਚ ਰਹੋਗੇ ਜਾਂ ਸ਼ਹਿਰ ਵਿੱਚ ? ਕਿਉਂ ?

ਪੰਜਾਬ ਦੇ ਪਿੰਡ ਵਿੱਚ ਜਾ ਕੇ ਛੁੱਟੀਆਂ ਮਨਾਉਣ ਦੇ ਕੀ ਕੀ ਫਾਇਦੇ ਹਨ ?

ਛੁੱਟੀਆਂ ਤੇ ਜਾ ਕੇ ਤੁਸੀਂ ਕਿਹੜੀਆਂ ਕ੍ਰਿਆਵਾਂ ਕਰਨੀਆਂ ਪਸੰਦ ਕਰਦੇ ਹੋ ?

ਪਹਾੜਾਂ ਦੀਆਂ ਚੋਟੀਆਂ ਤੇ ਚੜ੍ਹਨ ਜਾਂ ਤੁਰਨ ਵਾਲੀਆਂ ਛੁੱਟੀਆਂ ਤੇ ਜਾਣ ਬਾਰੇ ਤੁਹਾਡੇ ਕੀ ਵਿਚਾਰ ਹਨ ?

Context: Home and Environment

Current problems facing the planet

	ਦੁਨੀਆਂ ਦੇ ਵਾਤਾਵਰਣ ਵਿੱਚ ਕੀ ਕੀ ਤਬਦੀਲੀਆਂ ਆ ਰਹੀਆਂ ਹਨ ? ਇਨ੍ਹਾਂ ਤਬਦੀਲੀਆਂ ਦੇ ਕੀ ਅਸਰ ਹੋਣਗੇ ? ਤੁਸੀਂ ਇਸ ਸਮੱਸਿਆ ਬਾਰੇ ਕੀ ਕੀ ਕਰ ਸਕਦੇ ਹੋ ?
ਸਾਹਮਣੇ ਵਾਲੀ ਫੋਟੋ ਵਿੱਚ ਕਿਹੜੀ ਸਮੱਸਿਆ ਦਿਖਾਈ ਗਈ ਹੈ ਤੇ ਇਸ ਦੇ ਕੀ ਕੀ ਨੁਕਸਾਨ ਹੋ ਸਕਦੇ ਹਨ ? ਇਸ ਸਮੱਸਿਆ ਦਾ ਹੱਲ ਕਿਸ ਤਰ੍ਹਾਂ ਕੀਤਾ ਜਾ ਸਕਦਾ ਹੈ ?	
	ਇਸ ਫੋਟੋ ਵਾਲੀ ਸਮੱਸਿਆ ਲਈ ਕੌਣ ਜ਼ਿਮੇਵਾਰ ਹੈ ਅਤੇ ਕਿਵੇਂ ? ਇਸ ਨਾਲ ਲੋਕਾਂ ਦੀ ਜ਼ਿੰਦਗੀ ਤੇ ਕੀ ਅਸਰ ਹੁੰਦਾ ਹੈ ? ਇਸ ਦਾ ਹੱਲ ਕਰਨ ਲਈ ਤੁਸੀਂ ਕੀ ਸੁਝਾਅ ਦੇਵੋਗੇ ?
ਇਸ ਤਸਵੀਰ ਵਿੱਚ ਹੋ ਰਹੀ ਕ੍ਰਿਆ ਨਾਲ ਕਿਹੜੀ ਮੁਸ਼ਕਲ ਪੈਦਾ ਹੋ ਰਹੀ ਹੈ ? ਇਸ ਮੁਸ਼ਕਲ ਦਾ ਹੱਲ ਕਰਨ ਲਈ ਲੋਕਾਂ ਨੂੰ ਕੀ ਕਰਨਾ ਚਾਹੀਦਾ ਹੈ ? ਤੁਸੀਂ ਆਪਣੇ ਇਲਾਕੇ ਦੇ ਲੋਕਾਂ ਨੂੰ ਘੱਟ ਕੂੜਾ ਸੁੱਟਣ ਲਈ ਪ੍ਰੇਰਿਤ ਕਰਨ ਲਈ ਕੀ ਕੀ ਕਰੋਗੇ ?	

Context: Home and Environment

Being environmentally friendly within the home and local area

ਤੁਹਾਡੇ ਇਲਾਕੇ ਦੇ ਲੋਕ ਇਸ ਸਮੱਸਿਆ ਤੋਂ ਬਹੁਤ ਦੁਖੀ ਹਨ । ਇਸ ਦਾ ਹੱਲ ਕਰਨ ਵਾਸਤੇ ਵਿਚਾਰ ਵਟਾਂਦਰਾ ਕਰੋ ।

ਇਸ ਬਾਰੇ ਦੁਕਾਨਦਾਰ ਕੀ ਕੀ ਕਰ ਸਕਦੇ ਹਨ ?

ਕਈ ਦੇਸ਼ਾਂ ਵਿੱਚ ਪੀਣ ਲਈ ਸਾਫ ਪਾਣੀ ਮਿਲਣਾ ਮੁਸ਼ਕਲ ਹੈ ਤੇ ਘਰ ਵਿੱਚ ਪਾਣੀ ਦੀ ਬੱਚਤ ਕਰਨ ਲਈ ਤੁਸੀਂ ਕੀ ਸੁਝਾਅ ਦਿਓਗੇ ?

ਸਾਈਕਲ ਤੇ ਸ਼ਹਿਰ ਵਿੱਚ ਇੱਧਰ ਉੱਧਰ ਜਾਣ ਨਾਲ ਕੀ ਕੀ ਲਾਭ ਹੋਣਗੇ ?

ਆਪਣੇ ਸ਼ਹਿਰ ਦੇ ਲੋਕਾਂ ਨੂੰ ਸਾਈਕਲਾਂ ਦੀ ਵਰਤੋਂ ਲਈ ਉਤਸ਼ਾਹਿਤ ਕਰਨ ਲਈ ਤੁਸੀਂ ਕੀ ਕੀ ਕਰੋਗੇ ?

ਸੜਕਾਂ ਤੇ ਕਾਰਾਂ ਦੀ ਗਿਣਤੀ ਘਟਾਉਣ ਲਈ ਸਰਕਾਰ ਨੂੰ ਕੀ ਕੀ ਕਰਨਾ ਚਾਹੀਦਾ ਹੈ ?

ਬਿਜਲੀ ਨਾਲ ਚੱਲਣ ਵਾਲੀਆਂ ਕਾਰਾਂ ਦੇ ਕੀ ਕੀ ਫਾਇਦੇ ਹੋਣਗੇ ?

ਇਨ੍ਹਾਂ ਦੀ ਵਰਤੋਂ ਕਰਨ ਵਿੱਚ ਕੀ ਕੀ ਮੁਸ਼ਕਲਾਂ ਆ ਸਕਦੀਆਂ ਹਨ ?

ਆਪਣੇ ਸ਼ਹਿਰ ਵਿੱਚ ਪਬਲਿਕ ਟਰਾਂਸਪੋਰਟ ਦੀ ਵਰਤੋਂ ਬਾਰੇ ਤੁਹਾਡੇ ਕੀ ਵਿਚਾਰ ਹਨ ?

Context: Leisure: Free time and Media / Social Issues and equality

ਕੀ ਟੈਲੀਵਿਜ਼ਨ ਤੇ ਪੱਖਪਾਤ ਕੀਤਾ ਜਾਂਦਾ ਹੈ ?

ਮੇਰੇ ਖਿਆਲ ਨਾਲ ਟੈਲੀਵਿਜ਼ਨ ਤੇ ਸਮਾਜ ਵਿੱਚ ਰਹਿੰਦੇ ਲੋਕਾਂ ਦੀ ਠੀਕ ਤਸਵੀਰ ਨਹੀਂ ਪੇਸ਼ ਕੀਤੀ ਜਾਂਦੀ । ਸਿਆਣੇ ਲੋਕਾਂ ਨੂੰ ਟੀ ਵੀ ਤੇ ਜਿਸ ਤਰ੍ਹਾਂ ਪੇਸ਼ ਕੀਤਾ ਜਾਂਦਾ ਹੈ ਮੈਂ ਇਹ ਬਿਲਕੁਲ ਪਸੰਦ ਨਹੀਂ ਕਰਦਾ । ਆਮ ਤੌਰ ਤੇ ਇਹ ਦਿਖਾਇਆ ਜਾਂਦਾ ਹੈ ਕਿ ਉਹ ਪੁਰਾਣੇ ਰਿਵਾਜ ਦੇ ਹਨ ਤੇ ਉਨ੍ਹਾਂ ਨੂੰ ਨਵੀਂ ਦੁਨੀਆਂ ਬਾਰੇ ਕੁਝ ਪਤਾ ਹੀ ਨਹੀਂ ।

ਅਪਾਹਜ (disabled) ਲੋਕਾਂ ਬਾਰੇ ਵੀ ਬਹੁਤੇ ਪ੍ਰੋਗਰਾਮ ਨਹੀਂ ਦਿਖਾਏ ਜਾਂਦੇ ਜਿਵੇਂ ਕਿ ਉਹ ਇਸ ਦੁਨੀਆਂ ਵਿੱਚ ਰਹਿੰਦੇ ਹੀ ਨਹੀਂ ਜਾਂ ਫਿਰ ਟੀ ਵੀ ਵਾਲਿਆਂ ਨੂੰ ਦਿਸਦੇ ਹੀ ਨਹੀਂ ।

ਹੁਣ ਘੱਟ ਗਿਣਤੀ ਵਾਲੇ ਭਾਈਚਾਰਿਆਂ ਦੇ ਕੁਝ ਲੋਕ ਟੀ ਵੀ ਤੇ ਖਬਰਾਂ ਪੇਸ਼ ਕਰਨ ਵਾਲੇ ਪ੍ਰੋਗਰਾਮਾਂ ਵਿੱਚ ਤਾਂ ਦਿਸਦੇ ਹਨ ਪਰ ਅਜੇ ਡਰਾਮਿਆਂ, ਲੜੀਵਾਰ ਨਾਟਕਾਂ ਜਾਂ ਹਾਸੇ ਮਖੌਲ ਵਾਲੇ ਪ੍ਰੋਗਰਾਮਾਂ ਤੇ ਕਦੇ ਕੋਈ ਦਿਖਾਈ ਨਹੀਂ ਦਿੰਦਾ । ਪੰਜਾਬੀ ਚੈਨਲ ਚੱਲ ਤਾਂ ਪਏ ਹਨ ਪਰ ਇਨ੍ਹਾਂ ਦੇ ਕੰਮ ਦਾ ਪੱਧਰ ਅਜੇ ਬਹੁਤ ਨੀਵਾਂ ਹੈ ਅਤੇ ਚੰਗੇ ਪ੍ਰੋਗਰਾਮਾਂ ਦੀ ਘਾਟ ਮਹਿਸੂਸ ਹੁੰਦੀ ਰਹਿੰਦੀ ਹੈ ।

ਇਨ੍ਹਾਂ ਗੱਲਾਂ ਬਾਰੇ ਤੁਹਾਡੇ ਕੀ ਵਿਚਾਰ ਹਨ ? ਕਿਹੜੇ ਪ੍ਰੋਗਰਾਮਾਂ ਵਿੱਚ ਇਹ ਗੱਲਾਂ ਦਿਖਾਈ ਦਿੰਦੀਆਂ ਹਨ ? ਨਵੇਂ ਪੰਜਾਬੀ ਚੈਨਲਾਂ ਨੂੰ ਬਰਾਬਰਤਾ ਦੇ ਮੌਕੇ ਦੇਣ ਲਈ ਤੁਸੀਂ ਕੀ ਸਲਾਹ ਦਿਓਗੇ ? ਕੀ ਟੀ ਵੀ ਤੇ ਨੌਜਵਾਨਾਂ ਦਾ ਸਹੀ ਰੂਪ ਪੇਸ਼ ਕੀਤਾ ਜਾਂਦਾ ਹੈ ਕਿ ਨਹੀਂ ? ਕਿਉਂ / ਕਿਉਂ ਨਹੀਂ ?

Context: Leisure: Free time and media / social issues & equality

Group Discussion:

Do you agree with the comments made in the article? Why?

ਕੀ ਤੁਸੀਂ ਇਸ ਲੇਖ ਵਿੱਚ ਲਿਖੀਆਂ ਗੱਲਾਂ ਨਾਲ ਸਹਿਮਤ ਹੋ ? ਕਿਉਂ ?

Do you think TV presents a fair picture of society?

ਤੁਹਾਡੇ ਖਿਆਲ ਨਾਲ ਕੀ ਟੀ ਵੀ ਸਮਾਜ ਦੀ ਸਹੀ ਤਸਵੀਰ ਪੇਸ਼ ਕਰਦਾ ਹੈ ?

How are the Panjabi people presented in mainstream TV programmes?

ਪੰਜਾਬੀ ਲੋਕਾਂ ਨੂੰ ਅੰਗਰੇਜ਼ੀ ਟੀ ਵੀ ਪ੍ਰੋਗਰਾਮਾਂ ਵਿੱਚ ਕਿਵੇਂ ਪੇਸ਼ ਕੀਤਾ ਜਾਂਦਾ ਹੈ ?

How are the older people presented on Panjabi channels?

ਸਿਆਣੇ ਲੋਕਾਂ ਨੂੰ ਪੰਜਾਬੀ ਚੈਨਲਾਂ ਤੇ ਕਿਵੇਂ ਪੇਸ਼ ਕੀਤਾ ਜਾਂਦਾ ਹੈ ?

Does any Panjabi channel present any programme about disabled people? Which channel and how?

ਕੀ ਕੋਈ ਪੰਜਾਬੀ ਚੈਨਲ ਅਪਾਹਜ ਲੋਕਾਂ ਦਾ ਪ੍ਰੋਗਰਾਮ ਪੇਸ਼ ਕਰਦਾ ਹੈ ? ਕਿਹੜਾ ਚੈਨਲ ਅਤੇ ਕਿਵੇਂ ?

How do Panjabi channels present young people on TV?

ਪੰਜਾਬੀ ਚੈਨਲ ਨੌਜਵਾਨਾਂ ਨੂੰ ਕਿਵੇਂ ਪੇਸ਼ ਕਰਦੇ ਹਨ ?

What can we do to improve the situation?

ਇਹ ਹਾਲਾਤ ਸੁਧਾਰਨ ਲਈ ਤੁਸੀਂ ਕੀ ਕਰ ਸਕਦੇ ਹੋ ?

Section 2

Context: Lifestyle — Healthy and unhealthy lifestyles and their consequences

1 ਤੁਸੀਂ ਸਵੇਰੇ ਨਾਸ਼ਤੇ ਵਿੱਚ ਕੀ ਖਾਧਾ ਸੀ ?

2 ਨਾਸ਼ਤਾ ਕਰਨਾ ਕਿਉਂ ਜ਼ਰੂਰੀ ਹੈ ?

3 ਦੁਪਹਿਰ ਵੇਲੇ ਤੁਸੀਂ ਕਿਸ ਤਰ੍ਹਾਂ ਦਾ ਖਾਣਾ ਖਾਂਦੇ ਹੋ ਤੇ ਕਿਉਂ ?

4 ਤੁਸੀਂ ਹਫਤੇ ਵਿੱਚ ਕਰਿਸਪ ਤੇ ਚਾਕਲੇਟ ਕਿੰਨੇ ਕੁ ਖਾਂਦੇ ਹੋ ?

5 ਸਕੂਲ ਵਿੱਚ ਮਿਲਣ ਵਾਲੇ ਖਾਣੇ ਬਾਰੇ ਤੁਹਾਡੇ ਕੀ ਵਿਚਾਰ ਹਨ ?

6 ਸਕੂਲ ਦੇ ਖਾਣੇ ਨੂੰ ਸਿਹਤ ਲਈ ਚੰਗਾ ਬਣਾਉਣ ਲਈ ਤੁਸੀਂ ਉਸ ਵਿੱਚ ਕੀ ਬਦਲਣਾ ਚਾਹੋਗੇ ?

7 ਤੁਹਾਡੇ ਘਰ ਵਿੱਚ ਕਿਸ ਤਰ੍ਹਾਂ ਦੇ ਖਾਣੇ ਬਣਦੇ ਹਨ ?

8 ਫਲ ਖਾਣ ਬਾਰੇ ਤੁਹਾਡੇ ਕੀ ਵਿਚਾਰ ਹਨ ?

9 ਤੁਸੀਂ ਆਪਣੀ ਖਾਣ ਦੀ ਕਿਹੜੀ ਆਦਤ ਬਦਲੋਗੇ ਤੇ ਕਿਉਂ ?

10 ਜਵਾਨ ਬੱਚਿਆਂ ਵਿੱਚ ਹੌਲੀ ਹੌਲੀ ਮੋਟਾਪਾ ਵਧਦਾ ਜਾ ਰਿਹਾ ਹੈ ਤੁਹਾਡੇ ਖਿਆਲ ਨਾਲ ਇਸ ਦੇ ਕੀ ਕਾਰਨ ਹਨ ?

11 ਸਿਹਤਮੰਦ ਰਹਿਣ ਲਈ ਤੁਸੀਂ ਬੱਚਿਆਂ ਨੂੰ ਕੀ ਸਲਾਹ ਦਿਓਗੇ ?

12 ਤੁਸੀਂ ਹਫਤੇ ਵਿੱਚ ਕਿਹੜੀ ਕਸਰਤ ਕਰਦੇ ਹੋ ਤੇ ਕਿੰਨੀ ਵਾਰ ?

Context: Lifestyle

Healthy and unhealthy lifestyles and their consequences

ਸਕੂਲ ਵਿੱਚ ਮਿਲਣ ਵਾਲਾ ਖਾਣਾ

ਪਿਛਲੇ ਕੁਝ ਸਾਲਾਂ ਵਿੱਚ ਸਕੂਲ ਵਿੱਚ ਮਿਲਣ ਵਾਲਾ ਖਾਣਾ ਬਹੁਤ ਬਦਲ ਚੁੱਕਾ ਹੈ । ਹੁਣ ਤਾਂ ਬਹੁਤੇ ਨੌਜਵਾਨ ਬੱਚਿਆਂ ਦੇ ਵਿਚਾਰ ਵੀ ਬਦਲ ਗਏ ਹਨ ਤੇ ਉਹ ਵੀ ਤੰਦਰੁਸਤ ਰਹਿਣ ਵਾਸਤੇ ਚੰਗਾ ਖਾਣਾ ਖਾਂਦੇ ਹਨ । ਜਿਹੜੇ ਬੱਚੇ ਚੰਗਾ ਖਾਣਾ ਨਹੀਂ ਖਾਂਦੇ ਉਨ੍ਹਾਂ ਦੀ ਸਹਾਇਤਾ ਕਰਨ ਬਾਰੇ ਸਾਨੂੰ ਜ਼ਰੂਰ ਸੋਚਣਾ ਚਾਹੀਦਾ ਹੈ ।

ਹੁਣ ਸਾਰੇ ਸਕੂਲਾਂ ਵਿੱਚ ਵੱਖ ਵੱਖ ਤਰ੍ਹਾਂ ਦੇ ਖਾਣੇ ਮਿਲਦੇ ਹਨ । ਹੁਣ ਤੁਸੀਂ ਆਪਣੇ ਸਕੂਲ ਵਿੱਚ ਮਿਲਣ ਵਾਲੇ ਖਾਣਿਆਂ ਬਾਰੇ ਗੱਲ ਬਾਤ ਕਰੋ ।

Discuss the facts about the school meal in a small group and you may elaborate on these points.

- ਸਕੂਲ ਵਿੱਚ ਮਿਲਣ ਵਾਲੇ ਮਨਪਸੰਦ ਖਾਣੇ
- ਖਾਣੇ ਜਿਹੜੇ ਤੁਸੀਂ ਬਿਲਕੁਲ ਪਸੰਦ ਨਹੀਂ ਕਰਦੇ
- ਸਕੂਲ ਵਿੱਚ ਖਾਣਾ ਖਾਣ ਵੇਲੇ ਦੇ ਪ੍ਰਬੰਧ ਬਾਰੇ
- ਖਾਣੇ ਨਾਲ ਮਿਲਣ ਵਾਲੀ ਮਿੱਠੀ ਚੀਜ਼ ਬਾਰੇ
- ਪੀਣ ਲਈ ਮਿਲਣ ਵਾਲੀ ਚੀਜ਼ ਬਾਰੇ
- ਸਕੂਲ ਦੇ ਖਾਣੇ ਵਿੱਚ ਸੁਧਾਰ ਕਰਨ ਬਾਰੇ ਸਲਾਹ
- ਘਰੋਂ ਲਿਆ ਕੇ ਖਾਣਾ ਖਾਣ ਬਾਰੇ ਤੁਹਾਡੇ ਵਿਚਾਰ
- ਪਾਣੀ ਪੀਣ ਦੀ ਮਹੱਤਤਾ ਬਾਰੇ

1 ਤੁਹਾਡੇ ਪਰਿਵਾਰ ਵਿੱਚ ਕੌਣ ਕੌਣ ਹੈ ?

2 ਆਪਣੇ ਪਰਿਵਾਰ ਦੇ ਬਾਕੀ ਮੈਂਬਰਾਂ ਦੇ ਸੁਭਾਅ ਬਾਰੇ ਦੱਸੋ ।

3 ਤੁਹਾਨੂੰ ਆਪਣੇ ਪਰਿਵਾਰ ਵਿੱਚ ਕਿਸ ਦਾ ਸੁਭਾਅ ਸਭ ਤੋਂ ਜ਼ਿਆਦਾ ਚੰਗਾ ਲਗਦਾ ਹੈ ਤੇ ਕਿਉਂ ?

4 ਤੁਹਾਡਾ ਪੱਕਾ ਦੋਸਤ ਜਾਂ ਪੱਕੀ ਸਹੇਲੀ ਕੌਣ ਹੈ ਅਤੇ ਤੁਸੀਂ ਉਸ ਦੀ ਕਿਹੜੀ ਆਦਤ ਬਹੁਤ ਪਸੰਦ ਕਰਦੇ ਹੋ ?

5 ਤੁਹਾਡੇ ਖਿਆਲ ਵਿੱਚ ਇੱਕ ਚੰਗੀ ਸਹੇਲੀ ਜਾਂ ਚੰਗੇ ਦੋਸਤ ਵਿੱਚ ਕੀ ਗੁਣ ਹੋਣੇ ਚਾਹੀਦੇ ਹਨ ?

6 ਤੁਸੀਂ ਆਪਣੀ ਸਹੇਲੀ ਜਾਂ ਦੋਸਤ ਨੂੰ ਖੁਸ਼ ਰੱਖਣ ਲਈ ਕੀ ਕੀ ਕਰਦੇ ਹੋ ?

7 ਜੇ ਤੁਹਾਡਾ ਦੋਸਤ ਜਾਂ ਸਹੇਲੀ ਗੁੱਸੇ ਹੋ ਜਾਵੇ ਤਾਂ ਤੁਸੀਂ ਉਸ ਨੂੰ ਕਿਵੇਂ ਮਨਾਉਂਦੇ ਹੋ ?

8 ਤੁਸੀਂ ਆਪਣੇ ਦੋਸਤਾਂ ਜਾਂ ਸਹੇਲੀਆਂ ਨਾਲ ਹਫਤੇ ਵਿੱਚ ਕਿੰਨਾ ਕੁ ਸਮਾਂ ਬਿਤਾਉਂਦੇ ਹੋ ਤੇ ਕੀ ਕੀ ਕਰਨਾ ਪਸੰਦ ਕਰਦੇ ਹੋ ?

9 ਜੇ ਤੁਹਾਡਾ ਕੋਈ ਦੋਸਤ ਜਾਂ ਸਹੇਲੀ ਗਲਤ ਕੰਮ ਕਰਦਾ ਹੈ ਤਾਂ ਤੁਸੀਂ ਉਸ ਨੂੰ ਕਿਵੇਂ ਹਟਾਓਗੇ ?

10 ਬਹੁਤੇ ਪਰਿਵਾਰਾਂ ਵਿੱਚ ਮਾਤਾ ਪਿਤਾ ਬੱਚਿਆਂ ਨੂੰ ਆਪਣੇ ਦੋਸਤਾਂ / ਸਹੇਲੀਆਂ ਨਾਲ ਜ਼ਿਆਦਾ ਸਮਾਂ ਬਿਤਾਉਣ ਤੋਂ ਰੋਕਦੇ ਹਨ । ਤੁਹਾਡੇ ਖਿਆਲ ਵਿੱਚ ਇਸ ਦੇ ਕੀ ਕਾਰਣ ਹਨ ?

11 ਮਾੜੇ ਦੋਸਤ ਜਾਂ ਸਹੇਲੀਆਂ ਕਿਸੇ ਵੀ ਨੌਜਵਾਨ ਜਾਂ ਮੁਟਿਆਰ ਨੂੰ ਗਲਤ ਪਾਸੇ ਲਾ ਸਕਦੇ ਹਨ । ਦੋਸਤ ਜਾਂ ਸਹੇਲੀ ਚੁਣਨ ਵੇਲੇ ਕਿਹੜੀਆਂ ਗੱਲਾਂ ਦਾ ਧਿਆਨ ਰੱਖਣਾ ਚਾਹੀਦਾ ਹੈ ?

12 'ਦੋਸਤ ਉਹੀ ਜੋ ਮੁਸੀਬਤ ਵੇਲੇ ਕੰਮ ਆਵੇ ।' ਇਸ ਬਾਰੇ ਤੁਸੀਂ ਕੀ ਕਹਿਣਾ ਚਾਹੋਗੇ ?

ਜਦੋਂ ਅਸੀਂ ਪਰਿਵਾਰ ਵਿੱਚ ਮਾਤਾ ਪਿਤਾ ਅਤੇ ਭੈਣ ਭਰਾਵਾਂ ਨਾਲ ਇਕੱਠੇ ਰਹਿੰਦੇ ਹਾਂ ਤਾਂ ਕਈ ਵਾਰੀ ਇਸ ਤਰ੍ਹਾਂ ਦੇ ਮੌਕੇ ਆਉਂਦੇ ਹਨ ਕਿ ਅਸੀਂ ਇੱਕ ਦੂਜੇ ਨਾਲ ਸਹਿਮਤ ਨਹੀਂ ਹੁੰਦੇ। ਬੱਚੇ ਆਮ ਤੌਰ ਤੇ ਇਹ ਸ਼ਿਕਾਇਤ ਕਰਦੇ ਹਨ ਕਿ ਉਹ ਹੁਣ ਛੋਟੇ ਨਹੀਂ ਰਹੇ ਅਤੇ ਮਾਤਾ ਪਿਤਾ ਉਨ੍ਹਾਂ ਨੂੰ ਆਜ਼ਾਦੀ ਨਹੀਂ ਦਿੰਦੇ।

Group Discussion:

- ਤੁਹਾਡੇ ਮਾਤਾ ਪਿਤਾ ਕਿਹੜੀਆਂ ਗੱਲਾਂ ਤੇ ਤੁਹਾਡੇ ਨਾਲ ਸਹਿਮਤ ਨਹੀਂ ਹੁੰਦੇ ?
- ਆਮ ਤੌਰ ਤੇ ਵੱਖ ਵੱਖ ਫੈਸ਼ਨ ਦੇ ਕੱਪੜੇ ਪਹਿਨਣ ਤੇ ਖਰੀਦਣ ਤੇ ਹੀ ਬਹਿਸ ਕਿਉਂ ਹੁੰਦੀ ਹੈ ?
- ਮਾਤਾ ਪਿਤਾ ਹਰ ਵੇਲੇ ਇਹ ਕਿਉਂ ਜਾਣਨਾ ਚਾਹੁੰਦੇ ਹਨ ਕਿ ਤੁਸੀਂ ਕਿੱਥੇ ਚੱਲੇ ਹੋ ? ਕਿਸ ਨਾਲ ਚੱਲੇ ਹੋ ? ਕਿਸ ਤਰ੍ਹਾਂ ਜਾਓਗੇ ? ਵਾਪਸ ਕਦੋਂ ਆਵੋਗੇ ?
- ਜਦੋਂ ਤੁਹਾਡੇ ਮਾਤਾ ਪਿਤਾ ਤੁਹਾਨੂੰ ਇਹ ਕਹਿੰਦੇ ਹਨ ਕਿ ਤੁਸੀਂ ਇਸ ਟਾਈਮ ਤੇ ਜ਼ਰੂਰ ਵਾਪਸ ਆਉਣਾ ਹੈ ਤਾਂ ਤੁਸੀਂ ਕੀ ਮਹਿਸੂਸ ਕਰਦੇ ਹੋ ?
- ਤੁਹਾਡੇ ਵਿਚਾਰ ਨਾਲ ਕਿੰਨੀ ਉਮਰ ਵਿੱਚ ਮਾਤਾ ਪਿਤਾ ਨੂੰ ਇਹ ਸਵਾਲ ਪੁੱਛਣੇ ਬੰਦ ਕਰ ਦੇਣੇ ਚਾਹੀਦੇ ਹਨ ਤੇ ਕਿਉਂ ?
- ਘਰ ਵਿੱਚ ਮਾਤਾ ਪਿਤਾ ਨੂੰ ਇਹ ਦਿਖਾਉਣ ਲਈ ਕਿ ਤੁਸੀਂ ਇੱਕ ਜ਼ਿਮੇਵਾਰ ਨੌਜਵਾਨ ਹੋ, ਤੁਸੀਂ ਕੀ ਕੀ ਕਰਦੇ ਹੋ ਅਤੇ ਤੁਹਾਨੂੰ ਹੋਰ ਕੀ ਕੀ ਕਰਨਾ ਚਾਹੀਦਾ ਹੈ ?
- ਘਰ ਵਿੱਚ ਜਦੋਂ ਤੁਹਾਨੂੰ ਕਿਸੇ ਗੱਲ ਤੋਂ ਗੁੱਸਾ ਆਉਂਦਾ ਹੈ ਤਾਂ ਤੁਸੀਂ ਕੀ ਕਰਦੇ ਹੋ ?
- ਕੋਈ ਵੀ ਕੰਮ ਕਰਨ ਲਈ ਜੇ ਮਾਤਾ ਪਿਤਾ ਨਾਂਹ ਕਰਦੇ ਹਨ ਤਾਂ ਉਨ੍ਹਾਂ ਨੂੰ ਮਨਾਉਣ ਲਈ ਕੀ ਕਰਦੇ ਹੋ ?

Some students are sharing their problems with you. What advise will you give to each of them?

ਪਰਵੀਨ

ਮੇਰੇ ਮਾਤਾ ਜੀ ਹਰ ਵੇਲੇ ਇਹ ਜਾਣਨਾ ਚਾਹੁੰਦੇ ਹਨ ਕਿ ਮੈਂ ਕਿੱਥੇ ਜਾ ਰਹੀ ਹਾਂ ਤੇ ਕਿਸ ਦੇ ਨਾਲ ਜਾ ਰਹੀ ਹਾਂ। ਵਾਪਸ ਕਦੋਂ ਆਵਾਂਗੀ ? ਮੈਂ ਤਾਂ ਇਨ੍ਹਾਂ ਸਵਾਲਾਂ ਦੇ ਜਵਾਬ ਦੇ ਦੇ ਕੇ ਅੱਕ ਚੁੱਕੀ ਹਾਂ।

ਜਸਵੀਰ

ਮੇਰੇ ਮਾਤਾ ਪਿਤਾ ਜਿਹੜੇ ਕੱਪੜੇ ਉਨ੍ਹਾਂ ਨੂੰ ਚੰਗੇ ਲਗਦੇ ਹਨ ਮੇਰੇ ਲਈ ਖਰੀਦ ਕੇ ਦਿੰਦੇ ਹਨ ਅਤੇ ਮੈਂ ਉਹ ਪਾਉਣੇ ਨਹੀਂ ਚਾਹੁੰਦਾ। ਇਹ ਕੱਪੜੇ ਪਾ ਕੇ ਮੈਂ ਆਪਣੇ ਮਿੱਤਰਾਂ ਵਿੱਚ ਪੁਰਾਣੇ ਰਿਵਾਜ ਦਾ ਲਗਦਾ ਹਾਂ ਤੇ ਮੇਰੇ ਮਿੱਤਰ ਮੇਰੇ ਤੇ ਹੱਸਦੇ ਰਹਿੰਦੇ ਹਨ।

ਅਨਿਲ

ਮੇਰੇ ਮਾਤਾ ਜੀ ਬਹੁਤ ਸਖਤ ਸੁਭਾਅ ਦੇ ਹਨ ਤੇ ਹਰ ਰੋਜ਼ ਇਹ ਚਾਹੁੰਦੇ ਹਨ ਕਿ ਮੈਂ ਸਕੂਲ ਛੁੱਟੀ ਹੋਣ ਤੋਂ ਬਾਅਦ ਛੇਤੀ ਹੀ ਘਰ ਆ ਜਾਵਾਂ। ਜੇ ਪੰਜ ਮਿੰਟ ਵੀ ਲੇਟ ਹੋ ਜਾਵਾਂ ਤਾਂ ਮਾਤਾ ਜੀ ਬਹੁਤ ਗੁੱਸੇ ਹੁੰਦੇ ਹਨ।

ਪਰਮਜੀਤ

ਮੇਰੇ ਪਿਤਾ ਜੀ ਨੂੰ ਤਾਂ ਮੇਰੇ ਮਿੱਤਰ ਬਿਲਕੁਲ ਚੰਗੇ ਨਹੀਂ ਲਗਦੇ। ਜਦੋਂ ਵੀ ਕਿਸੇ ਦਾ ਫੋਨ ਆਉਂਦਾ ਹੈ ਤਾਂ ਇਹ ਕਹਿ ਕੇ ਕੱਟ ਦਿੰਦੇ ਹਨ ਕਿ 'ਪਰਮਜੀਤ ਘਰ ਨਹੀਂ ਹੈ,' ਮੈਂ ਤਾਂ ਤੰਗ ਆ ਚੁੱਕਾ ਹਾਂ।

ਸੁਰਜੀਤ

ਮੇਰਾ ਵੱਡਾ ਭਰਾ ਮਨਜੀਤ ਸੋਲਾਂ ਸਾਲ ਦਾ ਹੈ ਤੇ ਉਹ ਦਸ ਜੀ ਸੀ ਐਸ ਈ ਕਰ ਰਿਹਾ ਹੈ। ਸਾਰੇ ਇਹ ਹੀ ਕਹਿੰਦੇ ਰਹਿੰਦੇ ਹਨ ਕਿ ਦੇਖੋ ਕਿੰਨਾ ਹੁਸ਼ਿਆਰ ਹੈ ! ਇਹ ਗੱਲ ਕੋਈ ਵੀ ਨਹੀਂ ਸਮਝਦਾ ਕਿ ਮੈਂ ਕਿੰਨੀ ਮਿਹਨਤ ਕਰਦਾ ਹਾਂ। ਸਾਰੇ ਮੇਰੀ ਉਹਦੇ ਨਾਲ ਤੁਲਨਾ ਕਰਦੇ ਰਹਿੰਦੇ ਹਨ। ਕੱਲ੍ਹ ਮੇਰੀ ਸਾਇੰਸ ਦੀ ਅਧਿਆਪਕਾ ਕਹਿੰਦੀ ਕਿ ਮੇਰੇ ਵਿੱਚ ਤਾਂ ਮੇਰੇ ਭਰਾ ਵਾਲਾ ਕੋਈ ਗੁਣ ਵੀ ਨਹੀਂ। ਮੈਨੂੰ ਲਗਦਾ ਕਿ ਮੇਰੇ ਮਾਤਾ ਪਿਤਾ ਵੀ ਇਸੇ ਤਰ੍ਹਾਂ ਸੋਚਦੇ ਹੋਣਗੇ !

Context: Lifestyle Future plans regarding: Marriage/partnership

1 ਕਈ ਲੋਕ ਅੱਜ ਕੱਲ੍ਹ ਇਕੱਠੇ ਰਹਿੰਦੇ ਹਨ ਪਰ ਵਿਆਹ ਕਰਵਾਉਣ ਦੀ ਲੋੜ ਮਹਿਸੂਸ ਨਹੀਂ ਕਰਦੇ। ਤੁਸੀਂ ਇਸ ਬਾਰੇ ਕੀ ਕਹਿਣਾ ਚਾਹੋਗੇ ?

2 ਤੁਸੀਂ ਕਿੰਨੇ ਸਾਲ ਦੀ ਉਮਰ ਵਿੱਚ ਵਿਆਹ ਕਰਵਾਉਣਾ ਚਾਹੁੰਦੇ ਹੋ ਤੇ ਕਿਉਂ ?

3 ਮਾਤਾ ਪਿਤਾ ਰਾਹੀਂ ਤੈਅ ਕੀਤੇ (arranged) ਵਿਆਹਾਂ ਬਾਰੇ ਤੁਹਾਡੇ ਕੀ ਵਿਚਾਰ ਹਨ ?

4 ਵੱਡੇ ਹੋ ਕੇ ਤੁਸੀਂ ਅਰੇਂਜਡ ਮੈਰਿਜ ਕਰਵਾਉਣਾ ਚਾਹੁੰਦੇ ਹੋ ਜਾਂ ਲਵ ਮੈਰਿਜ ਅਤੇ ਕਿਉਂ ?

5 ਅੱਜ ਕਲ ਪੰਜਾਬੀ ਪਰਿਵਾਰਾਂ ਵਿੱਚ ਪਹਿਲਾਂ ਨਾਲੋਂ ਜ਼ਿਆਦਾ ਤਲਾਕ ਹੋ ਰਹੇ ਹਨ। ਤੁਹਾਡੇ ਵਿਚਾਰ ਨਾਲ ਇਸ ਦੇ ਕੀ ਕਾਰਣ ਹਨ ?

6 ਇਸ ਸਾਲ ਤੁਸੀਂ ਕਿਸੇ ਵਿਆਹ ਦੀ ਪਾਰਟੀ ਤੇ ਗਏ ਸੀ ? ਉਸ ਬਾਰੇ ਤੁਹਾਨੂੰ ਕੀ ਚੰਗਾ ਤੇ ਕੀ ਚੰਗਾ ਨਹੀਂ ਲੱਗਾ ?

7 ਪੰਜਾਬੀ ਲੋਕ ਵਿਆਹਾਂ ਦੀਆਂ ਪਾਰਟੀਆਂ ਤੇ ਬਹੁਤ ਖਰਚ ਕਰਦੇ ਹਨ। ਇਨ੍ਹਾਂ ਲੋਕਾਂ ਨੂੰ ਤੁਸੀਂ ਕੀ ਸਲਾਹ ਦਿਓਗੇ ?

8 ਹੋਰ ਜਾਤ ਜਾਂ ਨਸਲ ਵਿੱਚ ਵਿਆਹ ਕਰਵਾਉਣ ਨਾਲ ਵਿਆਹੁਤਾ ਜੋੜੀ ਦੇ ਭਵਿੱਖ ਤੇ ਕੀ ਅਸਰ ਹੋ ਸਕਦਾ ਹੈ ?

9 ਪੰਜਾਬ ਤੋਂ ਮੁੰਡੇ ਜਾਂ ਕੁੜੀ ਨਾਲ ਵਿਆਹ ਕਰਵਾਉਣ ਦੇ ਕੀ ਫਾਇਦੇ ਤੇ ਕੀ ਨੁਕਸਾਨ ਹਨ ?

10 ਪੰਜਾਬ ਅਤੇ ਇੰਗਲੈਂਡ ਵਿੱਚ ਹੋਣ ਵਾਲੀਆਂ ਵਿਆਹਾਂ ਦੀਆਂ ਪਾਰਟੀਆਂ ਵਿੱਚ ਕੀ ਫਰਕ ਹਨ ?

11 ਪੰਜਾਬੀ ਵਿਆਹ ਦੀ ਰਸਮ ਵੇਲੇ ਕੀ ਕੀ ਹੁੰਦਾ ਹੈ ?

12 ਪੰਜਾਬੀ ਵਿਆਹਾਂ ਵਿੱਚ ਔਰਤਾਂ ਤੇ ਮਰਦਾਂ ਨੇ ਕਿਸ ਤਰ੍ਹਾਂ ਦੇ ਕੱਪੜੇ ਪਾਏ ਹੁੰਦੇ ਹਨ ?

1 ਪੰਜਾਬੀ ਪਰਿਵਾਰਾਂ ਵਿੱਚ ਮੁੰਡੇ ਤੇ ਕੁੜੀਆਂ ਨਾਲ ਕਿਵੇਂ ਵੱਖਰਾ ਸਲੂਕ ਕੀਤਾ ਜਾਂਦਾ ਹੈ ?

2 ਪੰਜਾਬੀ ਲੋਕਾਂ ਵਿੱਚ ਜਾਤ ਪਾਤ ਦੇ ਵਿਤਕਰੇ ਬਾਰੇ ਤੁਸੀਂ ਕੀ ਕਹਿਣਾ ਚਾਹੁੰਦੇ ਹੋ ?

3 ਪੰਜਾਬੀ ਸਮਾਜ ਵਿੱਚ ਕੁੜੀਆਂ ਨੂੰ ਆਪਣੇ ਸਹੁਰੇ ਘਰ ਜਾ ਕੇ ਕੀ ਕੀ ਮੁਸ਼ਕਲਾਂ ਆ ਸਕਦੀਆਂ ਹਨ ?

4 ਤੁਹਾਡੇ ਖਿਆਲ ਨਾਲ ਲੋਕ ਨਸਲੀ ਵਿਤਕਰਾ ਕਿਉਂ ਕਰਦੇ ਹਨ ?

5 ਨਸਲਵਾਦ ਦਾ ਲੋਕਾਂ ਦੇ ਜੀਵਨ ਤੇ ਕੀ ਅਸਰ ਹੁੰਦਾ ਹੈ ?

6 ਪਤੀ ਪਤਨੀ ਆਪਣੇ ਸਾਥੀ ਨੂੰ ਖੁਸ਼ ਰੱਖਣ ਲਈ ਕੀ ਕੀ ਕਰ ਸਕਦੇ ਹਨ ?

7 ਤੁਹਾਡੇ ਖਿਆਲ ਨਾਲ ਲੋਕ ਚੋਰੀਆਂ ਤੇ ਲੁੱਟ ਖੋਹ ਵਰਗੇ ਜੁਰਮ ਕਿਉਂ ਕਰਦੇ ਹਨ ?

8 ਪੰਜਾਬੀ ਲੋਕਾਂ ਨੂੰ ਸਿਹਤ ਸਬੰਧੀ ਕਿਹੜੀਆਂ ਮੁਸ਼ਕਲਾਂ ਆ ਰਹੀਆਂ ਹਨ ਤੇ ਇਨ੍ਹਾਂ ਦੇ ਕੀ ਕਾਰਣ ਹਨ ?

9 ਨੌਜਵਾਨਾਂ ਵਿੱਚ ਨਸ਼ਿਆਂ ਦੀ ਸਮੱਸਿਆ ਬਾਰੇ ਤੁਸੀਂ ਕੀ ਜਾਣਦੇ ਹੋ ?

10 ਤੁਹਾਡੇ ਖਿਆਲ ਨਾਲ ਨੌਜਵਾਨ ਨਸ਼ੇ ਕਿਉਂ ਕਰਦੇ ਹਨ ?

11 ਨੌਜਵਾਨਾਂ ਨੂੰ ਨਸ਼ਿਆਂ ਤੋਂ ਦੂਰ ਰਹਿਣ ਲਈ ਤੁਸੀਂ ਕੀ ਸਲਾਹ ਦਿਓਗੇ ?

12 ਨਸ਼ੇ ਰੋਕਣ ਲਈ ਸਰਕਾਰ ਨੂੰ ਕੀ ਕਰਨਾ ਚਾਹੀਦਾ ਹੈ ?

13 ਪੰਜਾਬੀ ਕੁੜੀਆਂ ਨੂੰ ਕਈ ਵਾਰੀ ਟੀ ਵੀ ਚੈਨਲਾਂ ਤੇ ਬਹੁਤ ਘਟੀਆ ਢੰਗ ਨਾਲ ਪੇਸ਼ ਕੀਤਾ ਜਾਂਦਾ ਹੈ ? ਤੁਸੀਂ ਇਸ ਬਾਰੇ ਕੀ ਕਹਿਣਾ ਚਾਹੋਗੇ ?

Section 3

Context: Leisure — Free time activities

1 ਵਿਹਲੇ ਸਮੇਂ ਵਿੱਚ ਤੁਸੀਂ ਕੀ ਕਰਦੇ ਹੋ ?

2 ਪਿਛਲੇ ਵੀਕਐਂਡ ਤੇ ਤੁਸੀਂ ਕੀ ਕੀਤਾ ਸੀ ?

3 ਵਿਹਲਾ ਸਮਾਂ ਜ਼ਿੰਦਗੀ ਵਿੱਚ ਕਿਉਂ ਜ਼ਰੂਰੀ ਹੈ ?

4 ਤੁਸੀਂ ਵਿਹਲੇ ਸਮੇਂ ਵਿੱਚ ਇੰਟਰਨੈੱਟ ਤੇ ਕੀ ਕੀ ਕਰਦੇ ਹੋ ?

5 ਤੁਸੀਂ ਆਪਣਾ ਵਿਹਲਾ ਸਮਾਂ ਇਕੱਲੇ ਬਿਤਾਉਣਾ ਪਸੰਦ ਕਰਦੇ ਹੋ ਜਾਂ ਆਪਣੇ ਦੋਸਤਾਂ ਨਾਲ ਅਤੇ ਕਿਉਂ ?

6 ਤੁਸੀਂ ਕਿਸ ਤਰ੍ਹਾਂ ਦਾ ਗੀਤ- ਸੰਗੀਤ ਸੁਣਨਾ ਪਸੰਦ ਕਰਦੇ ਹੋ ?

7 ਤੁਹਾਡਾ ਮਨਪਸੰਦ ਗਾਇਕ ਕੌਣ ਹੈ ਅਤੇ ਕਿਉਂ ?

8 ਤੁਸੀਂ ਫਿਲਮ ਟੈਲੀਵਿਜ਼ਨ ਤੇ ਦੇਖਣਾ ਪਸੰਦ ਕਰਦੇ ਹੋ ਜਾਂ ਸਿਨਮੇ ਵਿੱਚ ਅਤੇ ਕਿਉਂ ?

9 ਜਿਹੜੀ ਫਿਲਮ ਤੁਸੀਂ ਹੁਣੇ ਜਿਹੇ ਦੇਖੀ ਹੈ ਉਸ ਬਾਰੇ ਦੱਸੋ।

10 ਤੁਸੀਂ ਕਿਹੜੀਆਂ ਕਿਹੜੀਆਂ ਖੇਡਾਂ ਖੇਡਦੇ ਹੋ ? ਇਹ ਖੇਡਾਂ ਤੁਸੀਂ ਕਦੋਂ ਅਤੇ ਕਿੱਥੇ ਖੇਡਦੇ ਹੋ ?

11 ਤੁਸੀਂ ਆਪਣੇ ਪਰਿਵਾਰ ਨਾਲ ਵਿਹਲੇ ਸਮੇਂ ਵਿੱਚ ਕਿਹੜੀਆਂ ਕ੍ਰਿਆਵਾਂ ਕਰਦੇ ਹੋ ?

12 ਤੁਸੀਂ ਰਿਸ਼ਤੇਦਾਰਾਂ ਨੂੰ ਕਦੋਂ ਮਿਲਦੇ ਹੋ ਅਤੇ ਇਕੱਠੇ ਹੋ ਕੇ ਕੀ ਕੀ ਕਰਦੇ ਹੋ ?

13 ਕਈ ਪੰਜਾਬੀ ਲੋਕ ਕੰਮ ਵਿੱਚ ਹੀ ਲੱਗੇ ਰਹਿੰਦੇ ਹਨ ਤੇ ਆਪਣਾ ਦਿਲ ਪਰਚਾਉਣ ਲਈ ਕੁਝ ਨਹੀਂ ਕਰਦੇ। ਤੁਸੀਂ ਉਨ੍ਹਾਂ ਨੂੰ ਕੀ ਸਲਾਹ ਦਿਓਗੇ ?

14 ਕਈ ਲੋਕ ਆਪਣੇ ਕੰਮ ਵੱਲ ਧਿਆਨ ਨਹੀਂ ਦਿੰਦੇ ਤੇ ਆਪਣਾ ਮਨੋਰੰਜਨ ਕਰਨ ਵਿੱਚ ਹੀ ਰੁੱਝੇ ਰਹਿੰਦੇ ਹਨ। ਇਸ ਤਰ੍ਹਾਂ ਦੇ ਰਹਿਣ ਸਹਿਣ ਦਾ ਉਨ੍ਹਾਂ ਦੀ ਜ਼ਿੰਦਗੀ ਤੇ ਕੀ ਅਸਰ ਹੁੰਦਾ ਹੈ ?

Context: Leisure: Free time activities

Guess the question:

What question will you ask to get this answer?

Example:

ਮੈਂ ਆਪਣੇ ਵਿਹਲੇ ਸਮੇਂ ਵਿੱਚ ਟੈਲੀਵਿਜ਼ਨ ਦੇਖਦਾ ਹਾਂ। ਕਾਫੀ ਦਿਲਚਸਪ ਪ੍ਰੋਗਰਾਮ ਆਉਂਦੇ ਹਨ।
Your Question: ਤੁਸੀਂ ਵਿਹਲੇ ਸਮੇਂ ਵਿੱਚ ਕੀ ਕਰਦੇ ਹੋ ?

Answer to your question is:

1 ਮੈਂ ਕਦੇ ਕਦੇ ਸਕੂਲ ਤੋਂ ਵਾਪਸ ਆ ਕੇ, ਚਾਹ ਪੀ ਕੇ ਆਪਣੇ ਦੋਸਤਾਂ ਨਾਲ ਫੁੱਟਬਾਲ ਖੇਡਣ ਚਲਾ ਜਾਂਦਾ ਹਾਂ। ਅਸੀਂ ਪਾਰਕ ਵਿੱਚ ਪੰਜ ਕੁ ਵਜੇ ਤੱਕ ਫੁੱਟਬਾਲ ਖੇਡਦੇ ਹਾਂ।

2 ਖੇਡਣ ਵੇਲੇ ਮੈਂ ਆਪਣੇ ਦੋਸਤਾਂ ਨੂੰ ਮਿਲ ਕੇ ਗੱਲ ਬਾਤ ਕਰ ਸਕਦਾ ਹਾਂ। ਸਾਨੂੰ ਰਲ ਮਿਲ ਕੇ ਖੇਡਣ ਤੇ ਕੰਮ ਕਰਨ ਦੀ ਸਿੱਖਿਆ ਮਿਲਦੀ ਹੈ।

3 ਜਿੱਮ ਜਾਣਾ ਮੈਨੂੰ ਚੰਗਾ ਨਹੀਂ ਲਗਦਾ। ਇੱਕ ਤਾਂ ਜਿੱਮ ਜਾਣ ਦੇ ਪੈਸੇ ਬਹੁਤ ਲਗਦੇ ਹਨ। ਬੰਦ ਕਮਰੇ ਵਿੱਚ ਇੱਕੋ ਤਰ੍ਹਾਂ ਦੀਆਂ ਮਸ਼ੀਨਾਂ ਤੇ ਜਾ ਕੇ ਕਸਰਤ ਕਰਨ ਨਾਲ ਮੈਂ ਅੱਕ ਜਾਂਦਾ ਹਾਂ। ਮੈਂ ਤਾਂ ਬਾਹਰ ਤਾਜ਼ੀ ਹਵਾ ਵਿੱਚ ਕਸਰਤ ਕਰਨੀ ਪਸੰਦ ਕਰਦਾ ਹਾਂ।

4 ਮੈਂ ਕਦੇ ਕਦੇ ਸਿਨਮੇ ਵਿੱਚ ਪੰਜਾਬੀ ਫਿਲਮਾਂ ਦੇਖਣ ਜਾਂਦਾ ਹਾਂ, ਆਮ ਤੌਰ ਤੇ ਸਨਿੱਚਰਵਾਰ ਸ਼ਾਮ ਨੂੰ, ਆਪਣੇ ਦੋਸਤਾਂ ਦੇ ਨਾਲ। ਕਦੇ ਕਦੇ ਕੋਈ ਗੀਤ ਸੰਗੀਤ ਦਾ ਪ੍ਰੋਗਰਾਮ ਦੇਖਣ ਵੀ ਚਲਾ ਜਾਂਦਾ ਹਾਂ।

5 ਫਿਲਮਾਂ ਦੇਖਣ ਨਾਲ ਕਈ ਗੱਲਾਂ ਦਾ ਪਤਾ ਲਗਦਾ ਹੈ। ਪੰਜਾਬੀ ਬੋਲਣੀ ਸਿੱਖ ਸਕਦੇ ਹਾਂ ਅਤੇ ਨਵੇਂ ਫੈਸ਼ਨ ਤੇ ਰਿਵਾਜਾਂ ਦਾ ਪਤਾ ਲਗਦਾ ਹੈ। ਇਹ ਵੀ ਪਤਾ ਲਗਦਾ ਹੈ ਕਿ ਪੰਜਾਬ ਵਿੱਚ ਲੋਕ ਕਿਸ ਤਰ੍ਹਾਂ ਰਹਿੰਦੇ ਹਨ।

6 ਮੈਂ ਆਪਣੇ ਇਲਾਕੇ ਵਿੱਚ ਨੌਜਵਾਨਾਂ ਲਈ ਇੱਕ ਸਪੋਰਟਸ ਸੈਂਟਰ ਬਣਵਾਉਣਾ ਚਾਹਾਂਗਾ ਜਿੱਥੇ ਜਾ ਕੇ ਉਹ ਕਸਰਤ ਕਰ ਸਕਣ ਤੇ ਤਰ ਸਕਣ। ਇਸ ਨਾਲ ਉਹ ਮਾੜੇ ਕੰਮਾਂ ਤੋਂ ਦੂਰ ਰਹਿ ਸਕਣਗੇ ਤੇ ਉਨ੍ਹਾਂ ਦੀ ਸਿਹਤ ਵੀ ਚੰਗੀ ਹੋਵੇਗੀ।

Context: Leisure Advantages and disadvantages of new technology

1 ਮੋਬਾਇਲ ਫੋਨ ਤੁਹਾਡੀ ਕਿਵੇਂ ਮਦਦ ਕਰਦਾ ਹੈ ?

2 ਮੋਬਾਇਲ ਫੋਨ ਦੇ ਕੀ ਨੁਕਸਾਨ ਹਨ ?

3 ਤੁਸੀਂ ਇੰਟਰਨੈੱਟ ਕਿਹੜੇ ਕਿਹੜੇ ਕੰਮਾਂ ਲਈ ਵਰਤਦੇ ਹੋ ?

4 ਇੰਟਰਨੈੱਟ ਤੇ ਸ਼ੌਪਿੰਗ ਕਰਨ ਦੇ ਕੀ ਫਾਇਦੇ ਤੇ ਕੀ ਨੁਕਸਾਨ ਹਨ ?

5 ਕੀ ਤੁਸੀਂ ਮੋਬਾਇਲ ਫੋਨ ਤੋਂ ਬਿਨਾਂ ਰਹਿ ਸਕਦੇ ਹੋ ? ਕਿਉਂ ਨਹੀਂ ?

6 ਅੱਜ ਕੱਲ੍ਹ ਬਹੁਤ ਲੋਕ ਫੇਸ ਬੁੱਕ ਤੇ ਜਾਂਦੇ ਹਨ। ਇਸ ਦੇ ਕੀ ਫਾਇਦੇ ਤੇ ਕੀ ਨੁਕਸਾਨ ਹਨ ?

7 ਇੰਟਰਨੈੱਟ ਤੋਂ ਬੱਚਿਆਂ ਨੂੰ ਕੀ ਕੀ ਖਤਰੇ ਹੋ ਸਕਦੇ ਹਨ ?

8 ਨਵੀਂ ਟੈਕਨੌਲੌਜੀ ਦਾ ਸਕੂਲਾਂ ਵਿੱਚ ਪੜ੍ਹਨ ਲਿਖਣ ਤੇ ਕੀ ਅਸਰ ਹੋਇਆ ਹੈ ?

9 ਕਈ ਬੱਚੇ ਫੇਸ ਬੁੱਕ ਅਤੇ ਮੋਬਾਇਲ ਫੋਨ ਦੀ ਵਰਤੋਂ ਕਰਕੇ ਦੂਜੇ ਬੱਚਿਆਂ ਨੂੰ ਤੰਗ ਕਰਦੇ ਹਨ। ਇਨ੍ਹਾਂ ਬੱਚਿਆਂ ਨੂੰ ਤੁਸੀਂ ਕੀ ਕਹਿਣਾ ਚਾਹੋਗੇ ?

10 ਤੁਸੀਂ ਆਪਣੇ ਮਨੋਰੰਜਨ ਲਈ ਨਵੀਂ ਟੈਕਨੌਲੌਜੀ ਦੀ ਵਰਤੋਂ ਕਿਵੇਂ ਕਰਦੇ ਹੋ ?

11 ਕੀ ਇੰਟਰਨੈੱਟ ਕਿਤਾਬਾਂ ਦੀ ਥਾਂ ਲੈ ਸਕਦਾ ਹੈ ? ਕਿਉਂ ਜਾਂ ਕਿਉਂ ਨਹੀਂ ?

12 ਸਕੂਲਾਂ ਵਿੱਚ ਇੱਕ ਵੱਡੀ ਸਮੱਸਿਆ ਪੈਦਾ ਹੋ ਗਈ ਹੈ ਕਿ ਬੱਚੇ ਕਲਾਸਾਂ ਵਿੱਚ ਵੀ ਆਪਣੇ ਮੋਬਾਇਲ ਫੋਨ ਦੀ ਵਰਤੋਂ ਕਰਦੇ ਰਹਿੰਦੇ ਹਨ ਤੇ ਪੜ੍ਹਾਈ ਵੱਲ ਧਿਆਨ ਨਹੀਂ ਦਿੰਦੇ। ਇਸ ਬਾਰੇ ਸਾਨੂੰ ਕੀ ਕਰਨਾ ਚਾਹੀਦਾ ਹੈ ?

13 ਕੰਪਿਊਟਰ ਸਾਹਮਣੇ ਲਗਾਤਾਰ ਕਈ ਕਈ ਘੰਟੇ ਬੈਠ ਕੇ ਖੇਡਣ ਜਾਂ ਕੰਮ ਕਰਨ ਨਾਲ ਸਿਹਤ ਤੇ ਕੀ ਅਸਰ ਹੋ ਸਕਦੇ ਹਨ ?

1 ਤੁਸੀਂ ਸ਼ੌਪਿੰਗ ਕਿੱਥੇ ਕਰਦੇ ਹੋ ?

2 ਤੁਸੀਂ ਕਿਸ ਤਰ੍ਹਾਂ ਦੀਆਂ ਚੀਜ਼ਾਂ ਖਰੀਦਦੇ ਹੋ ?

3 ਤੁਸੀਂ ਹਰ ਹਫਤੇ ਸ਼ੌਪਿੰਗ ਤੇ ਕਿੰਨੇ ਪੈਸੇ ਖਰਚਦੇ ਹੋ ਅਤੇ ਇਹ ਪੈਸੇ ਕਿੱਥੋਂ ਲੈਂਦੇ ਹੋ ?

4 ਤੁਸੀਂ ਕਿਸ ਨਾਲ ਸ਼ੌਪਿੰਗ ਜਾਣਾ ਪਸੰਦ ਕਰਦੇ ਹੋ ਅਤੇ ਕਿਉਂ ?

5 ਤੁਸੀਂ ਆਪਣੇ ਜੇਬ ਖਰਚ ਦੇ ਪੈਸੇ ਕਿਨ੍ਹਾਂ ਚੀਜ਼ਾਂ ਤੇ ਖਰਚਦੇ ਹੋ ?

6 ਜੇ ਤੁਹਾਨੂੰ ਤੁਹਾਡੇ ਮਾਤਾ ਪਿਤਾ ਇੱਕ ਹਜ਼ਾਰ ਪੌਂਡ ਦੇਣ ਤਾਂ ਤੁਸੀਂ ਇਹ ਕਿਸ ਤਰ੍ਹਾਂ ਖਰਚੋਗੇ ਅਤੇ ਕਿਉਂ ?

7 ਪੈਸੇ ਬਚਾ ਕੇ ਰੱਖਣਾ ਇੱਕ ਚੰਗੀ ਆਦਤ ਹੈ ਤੁਹਾਡੇ ਇਸ ਬਾਰੇ ਕੀ ਵਿਚਾਰ ਹਨ ?

8 ਕੀ ਬਹੁਤ ਜ਼ਿਆਦਾ ਅਮੀਰ ਹੋਣ ਦੇ ਕੋਈ ਨੁਕਸਾਨ ਵੀ ਹਨ ? ਇਸ ਬਾਰੇ ਦੱਸੋ।

9 ਨਵੇਂ ਫੈਸ਼ਨ ਬਾਰੇ ਤੁਹਾਡੇ ਕੀ ਵਿਚਾਰ ਹਨ ?

10 ਤੁਸੀਂ ਨਵੇਂ ਫੈਸ਼ਨ ਦੇ ਢੰਗ ਕਿੱਥੋਂ ਸਿੱਖਦੇ ਹੋ ?

11 ਅੱਜ ਕੱਲ੍ਹ ਪੰਜਾਬੀ ਕੱਪੜਿਆਂ ਵਿੱਚ ਕਿਹੜਾ ਫੈਸ਼ਨ ਚੱਲ ਰਿਹਾ ਹੈ ?

12 ਨਵੇਂ ਫੈਸ਼ਨ ਕਰਨ ਦੇ ਕੀ ਫਾਇਦੇ ਤੇ ਨੁਕਸਾਨ ਹਨ ?

13 ਬਹੁਤੇ ਪੰਜਾਬੀ ਜਵਾਨ ਲੋਕ ਡਿਜ਼ਾਈਨਰ ਲੇਬਲ ਦੇ ਕੱਪੜੇ ਖਰੀਦਣ ਤੇ ਬਹੁਤ ਪੈਸੇ ਖਰਚਦੇ ਹਨ। ਤੁਸੀਂ ਉਨ੍ਹਾਂ ਨੂੰ ਕੀ ਸਲਾਹ ਦਿਓਗੇ ?

14 ਜਿਹੜੇ ਲੋਕ ਫੈਸ਼ਨ ਦਾ ਬਿਲਕੁਲ ਖਿਆਲ ਨਹੀਂ ਰੱਖਦੇ ਉਨ੍ਹਾਂ ਬਾਰੇ ਤੁਸੀਂ ਕੀ ਸੋਚਦੇ ਹੋ ?

15 ਕਈ ਜਵਾਨ ਲੋਕਾਂ ਕੋਲ ਇੰਨੇ ਪੈਸੇ ਹੁੰਦੇ ਨਹੀਂ ਜਿੰਨੇ ਉਹ ਖਰਚ ਕਰ ਲੈਂਦੇ ਹਨ। ਆਪਣੀ ਉਮਰ ਦੇ ਅਜਿਹੇ ਲੋਕਾਂ ਨੂੰ ਤੁਸੀਂ ਕੀ ਸਲਾਹ ਦਿਓਗੇ।

Context: Leisure: Holidays: Plans, preferences and experiences

Example Presentation

ਮੈਂ ਹੁਣ ਤੁਹਾਨੂੰ ਆਪਣੀਆਂ ਛੁੱਟੀਆਂ ਬਾਰੇ ਦੱਸਦਾ ਹਾਂ। ਪਿਛਲੇ ਸਾਲ ਅਸੀਂ ਛੁੱਟੀਆਂ ਮਨਾਉਣ ਲਈ ਪੰਜਾਬ ਗਏ ਸੀ। ਮੈਂ ਆਪਣੇ ਮਾਤਾ ਪਿਤਾ ਅਤੇ ਭਰਾ ਨਾਲ ਗਿਆ ਸੀ। ਅਸੀਂ ਉੱਥੇ ਤਿੰਨ ਹਫਤੇ ਰਹੇ ਸੀ। ਪੰਜਾਬ ਦੇ ਪਿੰਡ ਵਿੱਚ ਰਹਿਣਾ ਮੈਨੂੰ ਬਹੁਤ ਚੰਗਾ ਲੱਗਿਆ ਕਿਉਂਕਿ ਉੱਥੇ ਬਹੁਤ ਸ਼ਾਂਤੀ ਸੀ। ਹੁਣ ਤਾਂ ਪੰਜਾਬ ਦੇ ਪਿੰਡਾਂ ਵਿੱਚ ਹਰ ਤਰ੍ਹਾਂ ਦੀਆਂ ਸਹੂਲਤਾਂ ਮਿਲਦੀਆਂ ਹਨ। ਅਸੀਂ ਮੇਰੇ ਚਾਚਾ ਜੀ ਨਾਲ ਅੰਮ੍ਰਿਤਸਰ ਸ਼ਹਿਰ ਦੇ ਗੁਰਦੁਆਰੇ ਦੇਖਣ ਗਏ ਸੀ ਅਤੇ ਮੈਨੂੰ ਗੋਲਡਨ ਟੈਂਪਲ ਬਹੁਤ ਸੁਹਣਾ ਲੱਗਾ।

ਹੁਣ ਅਗਲੇ ਸਾਲ ਅਸੀਂ ਛੁੱਟੀਆਂ ਮਨਾਉਣ ਲਈ ਕਨੇਡਾ ਜਾਂਵਾਂਗੇ। ਮੇਰੇ ਮਾਮਾ ਜੀ ਟਰਾਂਟੋ ਰਹਿੰਦੇ ਹਨ। ਸਾਡਾ ਸਾਰਾ ਪਰਿਵਾਰ ਕਨੇਡਾ ਜਾਵੇਗਾ ਅਤੇ ਅਸੀਂ ਉੱਥੇ ਦੋ ਹਫਤੇ ਰਹਾਂਗੇ। ਨਾਲੇ ਮਾਮਾ ਜੀ ਦੇ ਪਰਿਵਾਰ ਨੂੰ ਮਿਲ ਲਵਾਂਗੇ ਤੇ ਨਾਲੇ ਛੁੱਟੀਆਂ ਮਨਾ ਆਵਾਂਗੇ। ਅਸੀਂ ਟਰਾਂਟੋ ਦਾ ਸੀ ਐਨ ਟਾਵਰ ਅਤੇ ਨਾਇਗਰਾ ਫਾਲ ਦੇਖਣ ਜਾਂਵਾਂਗੇ ਕਿਉਂਕਿ ਇਹ ਦੋਵੇਂ ਥਾਂਵਾਂ ਬਹੁਤ ਮਸ਼ਹੂਰ ਹਨ।

ਮੈਂ ਹਰ ਸਾਲ ਆਪਣੇ ਮਾਤਾ ਪਿਤਾ ਜੀ ਨਾਲ ਹੀ ਛੁੱਟੀਆਂ ਮਨਾਉਣ ਜਾਂਦਾ ਹਾਂ ਅਤੇ ਉਹ ਜ਼ਿਆਦਾਤਰ ਇੰਡੀਆ ਹੀ ਜਾਂਦੇ ਹਨ। ਮੈਨੂੰ ਵਾਰ ਵਾਰ ਇੰਡੀਆ ਜਾਣਾ ਚੰਗਾ ਨਹੀਂ ਲੱਗਦਾ। ਮੈਂ ਤਾਂ ਸਪੇਨ ਵਿੱਚ ਸਮੁੰਦਰ ਦੇ ਕਿਨਾਰੇ ਤੇ ਜਾ ਕੇ ਛੁੱਟੀਆਂ ਮਨਾਉਣਾ ਚਾਹੁੰਦਾ ਹਾਂ। ਮੈਂ ਹੁਣ ਸੋਲਾਂ ਸਾਲਾਂ ਦਾ ਹੋ ਗਿਆ ਹਾਂ ਅਤੇ ਕਦੇ ਕਦੇ ਮੈਂ ਆਪਣੇ ਦੋਸਤਾਂ ਨਾਲ ਜਾ ਕੇ ਛੁੱਟੀਆਂ ਮਨਾਉਣਾ ਚਾਹੁੰਦਾ ਹਾਂ। ਗਰਮੀਆਂ ਵਿੱਚ ਕਨੇਡਾ ਜਾਣ ਤੋਂ ਪਹਿਲਾਂ ਮੈਂ ਆਪਣੇ ਦੋਸਤਾਂ ਨਾਲ ਵੇਲਜ਼ ਵਿੱਚ ਸਮੁੰਦਰ ਕਿਨਾਰੇ ਜਾ ਕੇ ਦੋ ਕੁ ਦਿਨ ਬਿਤਾਉਣ ਦਾ ਪ੍ਰੋਗਰਾਮ ਬਣਾ ਰਿਹਾ ਹਾਂ। ਛੁੱਟੀਆਂ ਮਨਾਉਣ ਜਾ ਕੇ, ਸਾਨੂੰ ਇਕੱਠੇ ਰਹਿ ਕੇ ਅਤੇ ਖੇਡਾਂ ਖੇਡ ਕੇ ਬੜਾ ਮਜ਼ਾ ਆਵੇਗਾ।

Context: Leisure: Holidays: Experience, plans & preferences

Questions for Discussion (Example Presentation)

- ਪੰਜਾਬ ਦੇ ਲੋਕਾਂ ਬਾਰੇ ਤੁਸੀਂ ਕੀ ਕਹਿਣਾ ਚਾਹੋਗੇ ?

- ਪੰਜਾਬ ਵਿੱਚ ਅੰਮ੍ਰਿਤਸਰ ਜਾਣ ਵੇਲੇ ਤੁਸੀਂ ਕਿਸ ਤਰ੍ਹਾਂ ਗਏ ਸੀ ਤੇ ਸੜਕਾਂ ਤੇ ਟ੍ਰੈਫਿਕ ਦੇਖ ਕੇ ਤੁਸੀਂ ਕੀ ਮਹਿਸੂਸ ਕੀਤਾ ਸੀ ?

- ਪੰਜਾਬ ਵਿੱਚ ਛੁੱਟੀਆਂ ਮਨਾਉਂਦੇ ਹੋਏ ਤੁਸੀ ਕੀ ਪਸੰਦ ਨਹੀਂ ਕੀਤਾ ਅਤੇ ਕਿਉਂ ?

- ਛੁੱਟੀਆਂ ਵਿੱਚ ਪੰਜਾਬ ਦਾ ਮੌਸਮ ਕਿਸ ਤਰ੍ਹਾਂ ਦਾ ਸੀ ?

- ਕਨੇਡਾ ਵਿੱਚ ਰਹਿੰਦੇ ਆਪਣੇ ਮਾਮਾ ਜੀ ਦੇ ਪਰਿਵਾਰ ਬਾਰੇ ਕੁਝ ਦੱਸੋ ।

- ਪਰਿਵਾਰ ਨਾਲ ਇਕੱਠੇ ਛੁੱਟੀਆਂ ਮਨਾਉਣ ਜਾਣ ਦੇ ਕੀ ਫਾਇਦੇ ਤੇ ਕੀ ਨੁਕਸਾਨ ਹਨ ?

- ਤੁਸੀਂ ਦੋਸਤਾਂ ਨਾਲ ਛੁੱਟੀਆਂ ਮਨਾਉਣ ਜਾਣਾ ਕਿਉਂ ਪਸੰਦ ਕਰਦੇ ਹੋ ?

- ਤੁਹਾਡੇ ਖਿਆਲ ਨਾਲ ਛੁੱਟੀਆਂ ਮਨਾਉਣ ਜਾਣਾ ਕਿਉਂ ਮਹੱਤਵਪੂਰਣ ਹੈ ?

Context: Leisure: Holidays: Experience, plans & preferences

Guess the Question

What question will you ask to get this answer?

Example

ਮੈਂ ਆਪਣੇ ਮਾਤਾ ਪਿਤਾ ਅਤੇ ਭਰਾ ਨਾਲ ਪੰਜਾਬ ਗਿਆ ਸੀ।
Your Question: ਤੁਸੀਂ ਗਰਮੀਆਂ ਦੀਆਂ ਛੁੱਟੀਆਂ ਵਿੱਚ ਕਿੱਥੇ ਗਏ ਸੀ?

Answer to your question is:

1. ਅਸੀਂ ਅਗਸਤ ਮਹੀਨੇ ਦੇ ਪਹਿਲੇ ਹਫਤੇ ਗਏ ਸੀ ਅਤੇ ਤਿੰਨ ਹਫ਼ਤੇ ਰਹੇ ਸੀ।
2. ਜ਼ਿਆਦਾ ਸਮਾਂ ਅਸੀਂ ਮੇਰੇ ਦਾਦਾ ਦਾਦੀ ਜੀ ਕੋਲ ਆਪਣੇ ਪਿੰਡ ਹੀ ਰਹੇ। ਮੈਨੂੰ ਪਿੰਡ ਵਿੱਚ ਰਹਿਣਾ ਬਹੁਤ ਚੰਗਾ ਲੱਗਿਆ।
3. ਪਿੰਡ ਦੇ ਲੋਕ ਤਾਂ ਬਹੁਤ ਹੀ ਚੰਗੇ ਸਨ। ਸਾਡਾ ਬਹੁਤ ਖਿਆਲ ਰੱਖਦੇ ਸੀ। ਬੜੇ ਪਿਆਰ ਨਾਲ ਬੋਲਦੇ ਸੀ।
4. ਠੀਕ ਹੀ ਸੀ। ਅਸੀਂ ਜ਼ਿਆਦਾ ਸਬਜ਼ੀਆਂ ਤੇ ਰੋਟੀਆਂ ਨਹੀਂ ਖਾਧੀਆਂ। ਹੁਣ ਤਾਂ ਪੰਜਾਬ ਵਿੱਚ ਸਭ ਕੁਝ ਮਿਲ ਜਾਂਦਾ ਹੈ। ਮੇਰੇ ਦਾਦਾ ਜੀ ਸਾਡੇ ਲਈ ਸ਼ਹਿਰ ਤੋਂ ਪੀਜ਼ਾ ਅਤੇ ਮੈਕਡੌਨਲਡ ਵਰਗੇ ਖਾਣੇ ਮੰਗਵਾ ਦਿੰਦੇ ਸੀ।
5. ਆਮ ਤੌਰ ਤੇ ਬਹੁਤ ਵਧੀਆ ਰਹਿੰਦਾ ਸੀ ਪਰ ਦੁਪਹਿਰ ਵੇਲੇ ਬਹੁਤ ਗਰਮੀ ਹੋ ਜਾਂਦੀ ਸੀ।
6. ਮਾਤਾ ਜੀ ਨੇ ਜਲੰਧਰ ਤੋਂ ਬਹੁਤ ਸ਼ੌਪਿੰਗ ਕੀਤੀ। ਬਹੁਤ ਹੀ ਸਾੜ੍ਹੀਆਂ ਤੇ ਸੂਟ ਖਰੀਦੇ।
7. ਹਾਂ ਜੀ, ਅਗਲੇ ਸਾਲ ਫਿਰ ਜਾਂਵਾਂਗਾ ਤੇ ਇੱਕ ਮਹੀਨਾ ਰਹਾਂਗਾ। ਮੈਂ ਪੰਜਾਬ ਦੇ ਸਾਰੇ ਗੁਰਦੁਆਰੇ ਦੇਖਣਾ ਚਾਹੁੰਦਾ ਹਾਂ। ਮੈਂ ਹੋਰ ਪੰਜਾਬੀ ਵੀ ਸਿੱਖਣਾ ਚਾਹੁੰਦਾ ਹਾਂ।
8. ਬੱਚਿਆਂ ਨੂੰ ਪਤਾ ਲਗਦਾ ਕਿ ਉਨ੍ਹਾਂ ਦਾ ਪਿਛੋਕੜ ਕੀ ਹੈ। ਉਹ ਆਪਣੇ ਮਾਤਾ ਪਿਤਾ ਦੇ ਹੋਰ ਪੰਜਾਬ ਰਹਿੰਦੇ ਰਿਸ਼ਤੇਦਾਰਾਂ ਨੂੰ ਮਿਲ ਸਕਦੇ ਹਨ। ਆਪਣੇ ਅਮੀਰ ਵਿਰਸੇ ਬਾਰੇ ਜਾਣਕਾਰੀ ਪ੍ਰਾਪਤ ਕਰ ਸਕਦੇ ਹਨ।

1 ਤੁਸੀਂ ਛੁੱਟੀਆਂ ਤੇ ਜਾ ਕੇ ਕਿੱਥੇ ਅਤੇ ਕਿੰਨਾ ਚਿਰ ਰਹੇ ?

2 ਉੱਥੇ ਦੇ ਖਾਣੇ ਤੇ ਲੋਕਾਂ ਬਾਰੇ ਕੁਝ ਦੱਸੋ।

3 ਉੱਥੇ ਮੌਸਮ ਕਿਸ ਤਰ੍ਹਾਂ ਦਾ ਸੀ ?

4 ਅਗਲੇ ਸਾਲ ਛੁੱਟੀਆਂ ਮਨਾਉਣ ਲਈ ਤੁਸੀਂ ਕਿੱਥੇ ਜਾਓਗੇ ?

5 ਤੁਸੀਂ ਦੋਸਤਾਂ / ਸਹੇਲੀਆਂ ਨਾਲ ਛੁੱਟੀਆਂ ਤੇ ਜਾਣਾ ਪਸੰਦ ਕਰੋਗੇ ਜਾਂ ਆਪਣੇ ਪਰਿਵਾਰ ਨਾਲ ? ਕਿਉਂ ?

6 ਜੇ ਤੁਸੀਂ ਕਿਸੇ ਹੋਰ ਦੇਸ਼ ਵਿੱਚ ਛੁੱਟੀਆਂ ਤੇ ਜਾਣਾ ਹੋਵੇ ਤਾਂ ਤਿਆਰੀ ਲਈ ਕੀ ਕਰੋਗੇ ?

7 ਵਿਦੇਸ਼ ਵਿੱਚ ਛੁੱਟੀਆਂ ਮਨਾਉਣ ਜਾਣ ਦੇ ਕੀ ਫਾਇਦੇ ਤੇ ਕੀ ਨੁਕਸਾਨ ਹਨ ?

8 ਪੰਜਾਬ ਵਿੱਚ ਛੁੱਟੀਆਂ ਮਨਾਉਣ ਜਾਣ ਬਾਰੇ ਤੁਹਾਡੇ ਕੀ ਵਿਚਾਰ ਹਨ ?

9 ਜੇ ਤੁਹਾਨੂੰ ਪੰਜ ਹਜ਼ਾਰ ਪੌਂਡ ਦਿੱਤਾ ਜਾਵੇ ਤਾਂ ਤੁਸੀਂ ਕਿਸ ਤਰ੍ਹਾਂ ਦੀਆਂ ਛੁੱਟੀਆਂ ਮਨਾਓਗੇ ?

10 ਤੁਸੀਂ ਆਰਾਮ ਕਰਨ ਵਾਲੀਆਂ ਜਾਂ ਕ੍ਰਿਆਵਾਂ ਕਰਨ ਵਾਲੀਆਂ ਛੁੱਟੀਆਂ ਮਨਾਉਣਾ ਪਸੰਦ ਕਰੋਗੇ ਅਤੇ ਕਿਉਂ ?

11 ਇਸੇ ਦੇਸ਼ ਵਿੱਚ ਰਹਿ ਕੇ ਚੰਗੀਆਂ ਛੁੱਟੀਆਂ ਕਿਵੇਂ ਮਨਾਈਆਂ ਜਾ ਸਕਦੀਆਂ ਹਨ ?

12 ਛੁੱਟੀਆਂ ਤੇ ਜਾਣਾ ਕਿਉਂ ਜ਼ਰੂਰੀ ਹੈ ?

13 ਕੁਝ ਪੰਜਾਬੀ ਲੋਕ ਕੰਮ ਹੀ ਕਰਦੇ ਰਹਿੰਦੇ ਹਨ ਪਰ ਕਦੇ ਛੁੱਟੀਆਂ ਮਨਾਉਣ ਨਹੀਂ ਜਾਂਦੇ। ਉਨ੍ਹਾਂ ਨੂੰ ਤੁਸੀਂ ਕੀ ਸਲਾਹ ਦਿਓਗੇ ?

14 ਸਮੁੰਦਰ ਦੇ ਕੰਢੇ ਤੇ ਛੁੱਟੀਆਂ ਮਨਾਉਣ ਬਾਰੇ ਤੁਹਾਡੇ ਵਿਚਾਰ ਕੀ ਹਨ ?

15 ਕਈ ਲੋਕ ਕਰੂਜ਼ ਤੇ ਜਾਣਾ ਬਹੁਤ ਪਸੰਦ ਕਰਦੇ ਹਨ। ਤੁਹਾਡੇ ਇਸ ਬਾਰੇ ਕੀ ਵਿਚਾਰ ਹਨ ?

Context: Leisure: Holidays: What to see and getting around

1 ਪਿਛਲੇ ਸਾਲ ਤੁਸੀਂ ਛੁੱਟੀਆਂ ਤੇ ਕਿੱਥੇ ਗਏ ਸੀ ਤੇ ਉੱਥੇ ਕੀ ਕੀ ਦੇਖਿਆ ?

2 ਤੁਹਾਨੂੰ ਸਭ ਤੋਂ ਚੰਗਾ ਕੀ ਲੱਗਾ ਅਤੇ ਕਿਉਂ ?

3 ਜਦੋਂ ਤੁਸੀਂ ਪਿਛਲੇ ਸਾਲ ਛੁੱਟੀਆਂ ਤੇ ਗਏ ਸੀ ਤਾਂ ਆਪਣੇ ਸਫਰ ਬਾਰੇ ਦੱਸੋ।

4 ਛੁੱਟੀਆਂ ਤੇ ਜਾ ਕੇ ਤੁਸੀਂ ਉੱਥੇ ਕਿਵੇਂ ਘੁੰਮੇ ਫਿਰੇ ?

5 ਪੰਜਾਬ ਵਿੱਚ ਦੇਖਣ ਲਈ ਕਿਹੜੀਆਂ ਕਿਹੜੀਆਂ ਥਾਵਾਂ ਹਨ ?

6 ਬਹੁਤੇ ਲੋਕ ਪੰਜਾਬ ਵਿੱਚ ਛੁੱਟੀਆਂ ਮਨਾਉਣ ਕਿਉਂ ਜਾਂਦੇ ਹਨ ?

7 ਤੁਹਾਡੇ ਸ਼ਹਿਰ ਵਿੱਚ ਸੈਲਾਨੀਆਂ ਦੇ ਦੇਖਣ ਵਾਲੀਆਂ ਕਿਹੜੀਆਂ ਥਾਂਵਾਂ ਹਨ ?

8 ਜੇ ਤੁਹਾਡਾ ਕੋਈ ਰਿਸ਼ਤੇਦਾਰ ਜਾਂ ਦੋਸਤ / ਸਹੇਲੀ ਤੁਹਾਨੂੰ ਮਿਲਣ ਲਈ ਇੰਗਲੈਂਡ ਆਉਂਦਾ ਹੈ ਤਾਂ ਤੁਸੀਂ ਉਸ ਨੂੰ ਕਿਹੜੀ ਕਿਹੜੀ ਥਾਂ ਦਿਖਾਓਗੇ ?

9 ਤੁਹਾਡੇ ਖਿਆਲ ਨਾਲ ਛੁੱਟੀਆਂ ਤੇ ਜਾ ਕੇ ਘੁੰਮਣ ਫਿਰਨ ਦਾ ਸਭ ਤੋਂ ਸਸਤਾ ਅਤੇ ਵਧੀਆ ਤਰੀਕਾ ਕਿਹੜਾ ਹੈ ?

10 ਬਾਹਰਲੇ ਦੇਸ਼ ਵਿੱਚ ਜਾ ਕੇ ਘੁੰਮਣ ਫਿਰਨ ਵਿੱਚ ਕੀ ਕੀ ਮੁਸ਼ਕਲਾਂ ਆ ਸਕਦੀਆਂ ਹਨ ?

11 ਛੁੱਟੀਆਂ ਤੇ ਜਾ ਕੇ ਤੁਸੀਂ ਕਿੱਥੇ ਰਹਿੰਦੇ ਹੋ ਤੇ ਕਿਉਂ ?

12 ਤੁਸੀਂ ਛੁੱਟੀਆਂ ਤੇ ਜਾ ਕੇ ਧਾਰਮਿਕ ਥਾਵਾਂ ਦੇਖਣੀਆਂ ਪਸੰਦ ਕਰਦੇ ਹੋ ਜਾਂ ਇਤਿਹਾਸਕ ? ਕਿਉਂ ?

13 ਸਮੁੰਦਰੀ ਜਹਾਜ਼ ਵਿੱਚ ਸਫਰ ਕਰਨ ਬਾਰੇ ਤੁਹਾਡੇ ਕੀ ਖਿਆਲ ਹਨ ?

14 'ਬੀਚ ਹੌਲੀਡੇ' ਤੇ ਦੇਖੇ ਸਮੁੰਦਰ ਦੇ ਨਜ਼ਾਰੇ ਬਾਰੇ ਕੁਝ ਦੱਸੋ।

Section 4

Context: Home and Environment: Special occasions celebrated in the home

Example: Presentation

ਹੁਣ ਮੈਂ ਤੁਹਾਨੂੰ ਆਪਣੇ ਘਰ ਮਨਾਏ ਜਾਣ ਵਾਲੇ ਤਿਉਹਾਰਾਂ ਬਾਰੇ ਦੱਸਦਾ ਹਾਂ। ਅਸੀਂ ਆਪਣੇ ਘਰ ਵਿੱਚ ਬਹੁਤ ਸਾਰੇ ਤਿਉਹਾਰ ਮਨਾਉਂਦੇ ਤੇ ਪਾਰਟੀਆਂ ਕਰਦੇ ਹਾਂ। ਅਸੀਂ ਆਪਣੇ ਘਰ ਦੇ ਸਾਰੇ ਮੈਂਬਰਾਂ ਦੇ ਜਨਮ ਦਿਨ ਤੇ ਵਧੀਆ ਪਾਰਟੀ ਕਰਦੇ ਹਾਂ ਤੇ ਸਾਰੇ ਰਿਸ਼ਤੇਦਾਰਾਂ ਨੂੰ ਘਰ ਸੱਦਦੇ ਹਾਂ। ਨਾਲੇ ਖੁਸ਼ੀ ਮਨਾ ਲਈਦੀ ਹੈ ਨਾਲੇ ਰਿਸ਼ਤੇਦਾਰਾਂ ਨੂੰ ਮਿਲ ਹੋ ਜਾਂਦਾ ਹੈ।

ਅਸੀਂ ਆਪਣੇ ਘਰ ਈਸਟਰ, ਹੈਲੋਇਨ, ਵਿਸਾਖੀ, ਦੀਵਾਲੀ, ਰੱਖੜੀ ਤੇ ਕਰਿਸਮਿਸ ਬਹੁਤ ਚਾਅ ਨਾਲ ਮਨਾਉਂਦੇ ਹਾਂ। ਪਿਛਲੇ ਹਫਤੇ ਅਸੀਂ ਆਪਣੇ ਘਰ ਦੀਵਾਲੀ ਮਨਾਈ ਸੀ। ਅਸੀਂ ਘਰ ਦੀ ਚੰਗੀ ਤਰ੍ਹਾਂ ਸਫਾਈ ਕੀਤੀ। ਦਿਨ ਵੇਲੇ ਮਠਿਆਈ ਤੇ ਸਮੋਸੇ ਲਿਆਂਦੇ। ਮੈਂ ਆਪਣੇ ਪਿਤਾ ਜੀ ਨਾਲ ਜਾ ਕੇ ਪਟਾਕੇ ਤੇ ਆਤਿਸ਼ਬਾਜ਼ੀਆਂ ਲਿਆਂਦੀਆਂ। ਰਾਤ ਨੂੰ ਸਾਰੇ ਘਰ ਦੇ ਆਲੇ ਦੁਆਲੇ ਲਾਈਟਾਂ ਲਾ ਕੇ ਦੀਪਮਾਲਾ ਕੀਤੀ। ਗੁਰਦੁਆਰੇ ਜਾ ਕੇ ਮੱਥਾ ਟੇਕਿਆ ਤੇ ਮੋਮਬੱਤੀਆਂ ਜਗਾਈਆਂ। ਗੁਰਦੁਆਰੇ ਵਿੱਚ ਬਹੁਤ ਭੀੜ ਸੀ ਤੇ ਲਗਦਾ ਸੀ ਕਿ ਸਾਰੇ ਸ਼ਹਿਰ ਦੇ ਪੰਜਾਬੀ ਅੱਜ ਗੁਰਦੁਆਰੇ ਆਏ ਹੋਏ ਹਨ।

ਫਿਰ ਗੁਰਦੁਆਰੇ ਤੋਂ ਵਾਪਸ ਆ ਕੇ ਅਸੀਂ ਸਾਰਿਆਂ ਨੇ ਮਿਲ ਕੇ ਖਾਣਾ ਖਾਧਾ। ਫਿਰ ਮੇਰੇ ਪਿਤਾ ਜੀ ਨੇ ਗਾਰਡਨ ਵਿੱਚ ਜਾ ਕੇ ਪਟਾਕੇ ਅਤੇ ਆਤਿਸ਼ਬਾਜ਼ੀਆਂ ਚਲਾਉਣੀਆਂ ਸ਼ੁਰੂ ਕੀਤੀਆਂ। ਇਹ ਕੰਮ ਮੈਨੂੰ ਬਹੁਤ ਚੰਗਾ ਲੱਗਾ। ਮੈਂ ਪਟਾਕਿਆਂ ਨੂੰ ਅੱਗ ਲਗਾਉਣੀ ਚਾਹੁੰਦਾ ਸੀ ਪਰ ਮੇਰੇ ਪਿਤਾ ਜੀ ਨੇ ਮੈਨੂੰ ਸਿਰਫ ਛੋਟੇ ਛੋਟੇ ਪਟਾਕੇ ਹੀ ਚਲਾਉਣ ਦਿੱਤੇ। ਉਹ ਕਹਿੰਦੇ ਹਨ ਕਿ ਇਹ ਕੰਮ ਬਹੁਤ ਖਤਰਨਾਕ ਹੋ ਸਕਦਾ ਹੈ ਤੇ ਤੁਸੀਂ ਲਾਪਰਵਾਹੀ ਕਰਨ ਨਾਲ ਜਲ਼ ਵੀ ਸਕਦੇ ਹੋ। ਪਰ ਮੈਨੂੰ ਬਹੁਤ ਚਾਅ ਸੀ ਕਿ ਮੈਂ ਵੱਡੇ ਵੱਡੇ ਪਟਾਕੇ ਤੇ ਆਤਿਸ਼ਬਾਜ਼ੀਆਂ ਚਲਾਵਾਂ।

ਹੁਣ ਅਸੀਂ ਦਸੰਬਰ ਵਿੱਚ ਆਪਣੇ ਘਰ ਕਰਿਸਮਿਸ ਮਨਾਂਵਾਂਗੇ। ਮੈਨੂੰ ਬਹੁਤ ਚਾਅ ਹੈ ਕਿਉਂਕਿ ਮੈਨੂੰ ਮੇਰਾ ਮਨਪਸੰਦ ਤੋਹਫਾ ਮਿਲੇਗਾ। ਸਭ ਤੋਂ ਵੱਡੀ ਖੁਸ਼ੀ ਇਹ ਵੀ ਹੈ ਕਿ ਦੋ ਹਫਤੇ ਲਈ ਸਕੂਲ ਨਹੀਂ ਜਾਣਾ ਪਵੇਗਾ ਅਤੇ ਮੈਂ ਘਰ ਰਹਿ ਕੇ 'ਐਕਸ ਬੌਕਸ' ਤੇ ਖੇਡਾਂਗਾ।

Context: Home and Environment: Special occasions celebrated in the home

Questions for Discussion (Example Presentation)

- ਤੁਸੀਂ ਆਪਣੇ ਜਨਮ ਦਿਨ ਦੀ ਪਾਰਟੀ ਵਿੱਚ ਕੀ ਕੀ ਕੀਤਾ ਸੀ ?
- ਸਿੱਖ / ਹਿੰਦੂ ਲੋਕ ਦੀਵਾਲੀ ਕਿਉਂ ਮਨਾਉਂਦੇ ਹਨ ?
- ਤੁਹਾਨੂੰ ਘਰ ਵਿੱਚ ਕਿਹੜਾ ਤਿਉਹਾਰ ਮਨਾਉਣਾ ਜਾਂ ਕਿਹੜੀ ਪਾਰਟੀ ਕਰਨੀ ਸਭ ਤੋਂ ਚੰਗੀ ਲਗਦੀ ਹੈ ? ਕਿਉਂ ?
- ਤੁਹਾਨੂੰ ਗੁਰਦੁਆਰੇ ਜਾ ਕੇ ਸਭ ਤੋਂ ਚੰਗਾ ਕੀ ਲੱਗਾ ਤੇ ਮਾੜਾ ਕੀ ਲੱਗਾ ?
- ਪਟਾਕੇ ਚਲਾਉਣ ਬਾਰੇ ਤੁਸੀਂ ਲੋਕਾਂ ਨੂੰ ਕੀ ਕਹਿਣਾ ਚਾਹੋਗੇ ?
- ਆਪਣੇ ਭਰਾ ਦੇ ਜਨਮ ਦਿਨ ਤੇ 'ਸਰਪ੍ਰਾਈਜ਼ ਪਾਰਟੀ' ਕਰਨ ਲਈ ਤੁਸੀਂ ਕੀ ਕੀ ਕਰੋਗੇ ?

Context: Home and Environment   Special occasions celebrated in the home

Pair work: Photos/Card Comparison

Take two photos from a newspaper/magazine or internet on a similar theme. You may take a Christmas card (A) and a Diwali Card (B). The Teacher needs to arrange relevant photos or cards prior to this lesson.

Task: 1 One student looks at the photo/card A and the other one looks at photo/card B only. Ask them to describe the content of the photos.

Task 2: Now they can compare the photos/cards for similarities and differences.

Students may ask questions e.g.

ਫੋਟੋ / ਕਾਰਡ ਏ ਵਿੱਚਲੀ ਤਸਵੀਰ ਬਾਰੇ ਕੁਝ ਦੱਸੋ ?
ਫੋਟੋ / ਕਾਰਡ ਬੀ ਵਿੱਚ ਕਿਹੜਾ ਤਿਉਹਾਰ ਮਨਾਇਆ ਜਾ ਰਿਹਾ ਹੈ ?

ਫੋਟੋ / ਕਾਰਡ ਏ ਅਤੇ ਬੀ ਵਿੱਚ ਕੀ ਕੀ ਵੱਖਰਾ ਹੈ ? (ਵਿਦਿਆਰਥੀ ਦੋਵੇਂ ਕਾਰਡ ਦੇਖ ਕੇ ਤੁਲਨਾ ਕਰਨਗੇ) ਚਾਰ ਗੱਲਾਂ ਦੱਸੋ ।

Whole Class / Group / Pair work
General conversation questions

- ਤੁਸੀਂ ਇਹ ਤਿਉਹਾਰ ਮਨਾਉਣ ਦੀ ਤਿਆਰੀ ਕਰਨ ਲਈ ਕੀ ਕੀ ਕਰਦੇ ਹੋ ?
- ਘਰ ਵਿੱਚ ਆਪਣੇ ਪਰਿਵਾਰ ਨਾਲ ਕਿਹੜੀ ਕਿਹੜੀ ਖੇਡ ਖੇਡਦੇ ਹੋ ?
- ਤੁਹਾਨੂੰ ਇਸ ਤਿਉਹਾਰ ਬਾਰੇ ਸਭ ਤੋਂ ਚੰਗਾ ਕੀ ਲਗਦਾ ਹੈ ?
- ਪਿਛਲੇ ਸਾਲ ਤੁਸੀਂ ਆਪਣੇ ਪਰਿਵਾਰ ਨਾਲ ਹੋਰ ਕਿਹੜਾ ਕਿਹੜਾ ਤਿਉਹਾਰ ਮਨਾਇਆ ਅਤੇ ਇਹ ਮਨਾਉਣ ਲਈ ਕੀ ਕੀ ਕੀਤਾ ?
- ਤੁਸੀਂ ਇਸ ਸਾਲ ਆਪਣਾ ਜਨਮ ਦਿਨ ਕਿਵੇਂ ਮਨਾਓਗੇ ?
- ਤੁਹਾਡੇ ਸ਼ਹਿਰ ਵਿੱਚ ਹੋਰ ਕਿਹੜੇ ਕਿਹੜੇ ਤਿਉਹਾਰ ਮਨਾਏ ਜਾਂਦੇ ਹਨ ?

Context: Home and Environment   Special occasions celebrated in the home

1 ਤੁਹਾਡੇ ਘਰ ਵਿੱਚ ਕਿਹੜੇ ਕਿਹੜੇ ਤਿਉਹਾਰ ਮਨਾਏ ਜਾਂਦੇ ਹਨ ?

2 ਤੁਹਾਡਾ ਮਨਪਸੰਦ ਤਿਉਹਾਰ ਕਿਹੜਾ ਹੈ ਅਤੇ ਕਿਉਂ ?

3 ਦਿਵਾਲੀ ਵਾਲੇ ਦਿਨ ਤੁਸੀਂ ਕੀ ਕੀ ਕਰਦੇ ਹੋ ?

4 'ਦਾਲ ਰੋਟੀ ਘਰ ਦੀ ਤੇ ਦਿਵਾਲੀ ਅੰਮ੍ਰਿਤਸਰ ਦੀ'। ਇਸ ਕਥਨ ਦਾ ਕੀ ਮਤਲਬ ਹੈ ?

5 ਸਿੱਖ ਦਿਵਾਲੀ ਕਿਉਂ ਮਨਾਉਂਦੇ ਹਨ ? ਹਿੰਦੂ ਦਿਵਾਲੀ ਕਿਉਂ ਮਨਾਉਂਦੇ ਹਨ ?

6 ਪਿਛਲੇ ਸਾਲ ਤੁਸੀਂ ਤੇ ਤੁਹਾਡੇ ਪਰਿਵਾਰ ਨੇ ਵਿਸਾਖੀ ਕਿਵੇਂ ਮਨਾਈ ਸੀ ?

7 ਆਪਣੇ ਸ਼ਹਿਰ ਵਿੱਚ ਹੋਏ ਨਗਰ ਕੀਰਤਨ ਬਾਰੇ ਦੱਸੋ।

8 ਤਿਉਹਾਰ ਮਨਾਉਣੇ ਕਿਉਂ ਜ਼ਰੂਰੀ ਹਨ ?

9 ਤੁਹਾਡਾ ਜਨਮ ਦਿਨ ਕਦੋਂ ਹੈ ਅਤੇ ਇਹ ਤੁਸੀਂ ਕਿਵੇਂ ਮਨਾਉਂਦੇ ਹੋ ?

10 ਅਗਲੇ ਸਾਲ ਤੁਸੀਂ ਆਪਣਾ ਜਨਮ ਦਿਨ ਕਿਵੇਂ ਮਨਾਓਗੇ ?

11 ਪਿਛਲੇ ਸਾਲ ਤੁਹਾਨੂੰ ਜਨਮ ਦਿਨ ਤੇ ਕੀ ਕੀ ਤੋਹਫੇ ਮਿਲੇ ਸਨ ?

12 'ਮਦਰਜ਼ ਡੇਅ' ਅਤੇ 'ਫਾਦਰਜ਼ ਡੇਅ' ਤੇ ਤੁਸੀਂ ਆਪਣੇ ਮਾਤਾ ਜੀ ਤੇ ਪਿਤਾ ਜੀ ਲਈ ਕੀ ਕਰਦੇ ਹੋ ?

13 ਕ੍ਰਿਸਮਿਸ ਤੇ ਤੁਹਾਡੇ ਘਰ ਵਿੱਚ ਕਿਸ ਤਰ੍ਹਾਂ ਦਾ ਮਾਹੌਲ ਹੁੰਦਾ ਹੈ ?

14 ਰੱਖੜੀ ਵਾਲੇ ਦਿਨ ਤੁਸੀਂ ਕੀ ਕਰਦੇ ਹੋ ?

15 ਆਪਣੇ ਘਰ ਵਿੱਚ ਕੀਤੀ ਕਿਸੇ ਇੱਕ ਪਾਰਟੀ ਬਾਰੇ ਦੱਸੋ।

Context: Home and Environment: Home, town, neighbourhood and region

1 ਤੁਹਾਡਾ ਘਰ ਕਿਸ ਤਰ੍ਹਾਂ ਦਾ ਹੈ ?

2 ਤੁਸੀਂ ਇਸ ਘਰ ਵਿੱਚ ਕਿੰਨੀ ਦੇਰ ਤੋਂ ਰਹਿ ਰਹੇ ਹੋ ? ਇਸ ਤੋਂ ਪਹਿਲਾਂ ਤੁਸੀਂ ਕਿੱਥੇ ਰਹਿੰਦੇ ਸੀ ?

3 ਤੁਸੀਂ ਆਪਣੇ ਘਰ ਬਾਰੇ ਕੀ ਪਸੰਦ ਕਰਦੇ ਹੋ ਅਤੇ ਕੀ ਪਸੰਦ ਨਹੀਂ ਕਰਦੇ ?

4 ਆਪਣੇ ਘਰ ਦੇ ਆਲੇ ਦੁਆਲੇ ਦੇ ਇਲਾਕੇ ਬਾਰੇ ਕੁੱਝ ਦੱਸੋ ।

5 ਤੁਹਾਡੇ ਇਲਾਕੇ ਵਿੱਚ ਤੁਹਾਨੂੰ ਕੀ ਮੁਸ਼ਕਲਾਂ ਆਉਂਦੀਆਂ ਹਨ ?

6 ਤੁਹਾਡੇ ਗੁਆਂਢੀ ਕਿਹੋ ਜਿਹੇ ਹਨ ?

7 ਚੰਗੇ ਗੁਆਂਢੀਆਂ ਦੇ ਕੀ ਫਾਇਦੇ ਹਨ ?

8 ਤੁਸੀਂ ਆਪਣੇ ਗੁਆਂਢੀਆਂ ਨੂੰ ਖੁਸ਼ ਰੱਖਣ ਲਈ ਕੀ ਕਰਦੇ ਹੋ ?

9 ਤੁਹਾਡਾ ਸ਼ਹਿਰ ਕਿਹੜੀਆਂ ਚੀਜ਼ਾਂ ਲਈ ਮਸ਼ਹੂਰ ਹੈ ?

10 ਤੁਹਾਡੇ ਸ਼ਹਿਰ ਵਿੱਚ ਕਿਹੜੀਆਂ ਕਿਹੜੀਆਂ ਥਾਂਵਾਂ ਦੇਖਣ ਵਾਲੀਆਂ ਹਨ ?

11 ਜੇ ਮੈਂ ਤੁਹਾਡੇ ਘਰ ਮਹਿਮਾਨ ਬਣ ਕੇ ਆਵਾਂ ਤਾਂ ਤੁਸੀਂ ਮੈਨੂੰ ਆਪਣੇ ਸ਼ਹਿਰ ਵਿੱਚ ਕੀ ਦਿਖਾਓਗੇ ?

12 ਤੁਹਾਡੇ ਸ਼ਹਿਰ ਦੇ ਟਾਊਨ ਸੈਂਟਰ ਵਿੱਚ ਸ਼ੌਪਿੰਗ ਲਈ ਕੀ ਸਹੂਲਤਾਂ ਹਨ ?

13 ਤੁਸੀਂ ਆਪਣੇ ਸ਼ਹਿਰ ਵਿੱਚ ਕੀ ਬਦਲਣਾ ਚਾਹੋਗੇ ਅਤੇ ਕਿਉਂ ?

14 ਤੁਹਾਡੇ ਸ਼ਹਿਰ ਵਿੱਚ ਬਜ਼ੁਰਗ ਲੋਕਾਂ ਲਈ ਕੀ ਸਹੂਲਤਾਂ ਹਨ ?

15 ਜੇ ਤੁਹਾਡੀ ਮਰਜ਼ੀ ਹੋਵੇ ਤਾਂ ਤੁਸੀਂ ਕਿਹੜੇ ਸ਼ਹਿਰ ਵਿੱਚ ਰਹਿਣਾ ਪਸੰਦ ਕਰੋਗੇ ਅਤੇ ਕਿਉਂ ?

Context: Home and Environment Current problems facing the planet

1 ਬਰਤਾਨੀਆ ਵਿੱਚ ਪ੍ਰਦੂਸ਼ਨ ਦੀਆਂ ਕਿਹੜੀਆਂ ਕਿਹੜੀਆਂ ਸਮੱਸਿਆਵਾਂ ਹਨ ?

2 ਭਾਰਤ ਵਿੱਚ ਪ੍ਰਦੂਸ਼ਨ ਬਾਰੇ ਤੁਸੀਂ ਕੀ ਜਾਣਦੇ ਹੋ ?

3 ਦੁਨੀਆਂ ਵਿੱਚ ਪ੍ਰਦੂਸ਼ਨ ਕਿਉਂ ਵਧ ਰਿਹਾ ਹੈ ?

4 ਤੁਹਾਡੇ ਖਿਆਲ ਵਿੱਚ ਕੰਮ ਦੇ ਤਜਰਬੇ ਦੇ ਕੀ ਫਾਇਦੇ ਤੇ ਕੀ ਨੁਕਸਾਨ ਹਨ ?

5 ਤੁਹਾਡੇ ਖਿਆਲ ਵਿੱਚ ਕਿਸ ਤਰ੍ਹਾਂ ਦਾ ਪ੍ਰਦੂਸ਼ਨ ਜ਼ਿਆਦਾ ਖਤਰਨਾਕ ਹੈ ਅਤੇ ਕਿਉਂ ?

6 ਇਸ ਵਧ ਰਹੇ ਪ੍ਰਦੂਸ਼ਨ ਦੇ ਲੋਕਾਂ ਦੀ ਸਿਹਤ ਤੇ ਕੀ ਅਸਰ ਹੋ ਰਹੇ ਹਨ ?

7 ਸਾਇੰਸਦਾਨਾਂ ਦੇ ਅਨੁਸਾਰ ਇਸ ਵਧ ਰਹੇ ਪ੍ਰਦੂਸ਼ਨ ਦਾ ਦੁਨੀਆਂ ਦੇ ਵਾਤਾਵਰਨ ਤੇ ਕੀ ਅਸਰ ਹੋ ਰਿਹਾ ਹੈ ?

8 ਆਮ ਲੋਕ ਪ੍ਰਦੂਸ਼ਨ ਘਟਾਉਣ ਲਈ ਕੀ ਕਰ ਸਕਦੇ ਹਨ ?

9 ਤੁਸੀਂ ਤੇ ਤੁਹਾਡੇ ਪਰਿਵਾਰ ਨੇ ਪਿਛਲੇ ਸਾਲ ਪ੍ਰਦੂਸ਼ਨ ਘਟਾਉਣ ਲਈ ਘਰ ਵਿੱਚ ਕੀ ਕੀਤਾ ਸੀ ?

10 ਪੰਜਾਬ ਵਿੱਚ ਪਾਣੀ ਦਾ ਪੱਧਰ ਬਹੁਤ ਥੱਲੇ ਜਾ ਰਿਹਾ ਹੈ। ਤੁਹਾਡੇ ਖਿਆਲ ਵਿੱਚ ਇਸ ਦੇ ਕੀ ਕਾਰਨ ਹਨ ?

11 ਦੁਨੀਆਂ ਭਰ ਵਿੱਚ ਕੋਲਾ, ਗੈਸ ਤੇ ਤੇਲ ਦੀ ਸਪਲਾਈ ਅਗਲੇ ਤੀਹ ਚਾਲੀ ਸਾਲਾਂ ਤੱਕ ਖਤਮ ਹੋ ਜਾਵੇਗੀ ? ਇਸ ਸਮੱਸਿਆ ਨੂੰ ਹੱਲ ਕਰਨ ਲਈ ਕੀ ਕੀਤਾ ਜਾ ਸਕਦਾ ਹੈ ?

12 ਇਸ ਦੇਸ਼ ਦੀ ਸਰਕਾਰ ਨੂੰ ਪ੍ਰਦੂਸ਼ਨ ਘਟਾਉਣ ਲਈ ਕੀ ਸਲਾਹ ਦੇਵੋਗੇ ?

13 ਦਰੱਖਤ ਕੱਟ ਕੱਟ ਕੇ ਦੁਨੀਆਂ ਦੇ ਜੰਗਲ ਖਤਮ ਕੀਤੇ ਜਾ ਰਹੇ ਹਨ। ਇਸ ਨਾਲ ਧਰਤੀ ਨੂੰ ਕੀ ਨੁਕਸਾਨ ਪਹੁੰਚੇਗਾ ?

Context: Home and Environment: Being environmentally friendly within the home

1 ਤੁਹਾਡੇ ਸਕੂਲ ਵਿੱਚ ਪ੍ਰਦੂਸ਼ਨ ਦੀਆਂ ਕਿਹੜੀਆਂ ਸਮੱਸਿਆਵਾਂ ਹਨ ਅਤੇ ਇਨ੍ਹਾਂ ਨੂੰ ਦੂਰ ਕਰਨ ਲਈ ਕੀ ਕੀਤਾ ਜਾਂਦਾ ਹੈ ?

2 ਤੁਸੀਂ ਆਪਣੇ ਸਕੂਲ / ਕਾਲਜ ਦੇ ਵਿਦਿਆਰਥੀਆਂ ਨੂੰ ਪ੍ਰਦੂਸ਼ਨ ਘਟਾਉਣ ਬਾਰੇ ਕੀ ਸੁਝਾਅ ਦੇਵੋਗੇ ?

3 ਤੁਹਾਨੂੰ ਧਰਤੀ ਦੀ ਦੇਖ ਭਾਲ ਕਰਨ ਬਾਰੇ ਸਕੂਲ ਵਿੱਚ ਕੀ ਸਿਖਾਇਆ ਜਾਂਦਾ ਹੈ ?

4 ਤੁਸੀਂ ਆਪਣੇ ਘਰ ਵਿੱਚ ਪਾਣੀ ਤੇ ਬਿਜਲੀ ਦੀ ਬੱਚਤ ਲਈ ਕੀ ਕਰਦੇ ਹੋ ?

5 ਤੁਸੀਂ ਲੋਕਾਂ ਨੂੰ ਆਪਣੇ ਪਾਣੀ, ਬਿਜਲੀ ਤੇ ਗੈਸ ਦੇ ਬਿੱਲ ਘਟਾਉਣ ਲਈ ਕੀ ਸਲਾਹ ਦਿਓਗੇ ?

6 ਆਮ ਘਰਾਂ ਵਿੱਚ ਕਿਹੜੀਆਂ ਕ੍ਰਿਆਵਾਂ ਹਨ ਜਿਹਨਾਂ ਨਾਲ ਪ੍ਰਦੂਸ਼ਨ ਵਿੱਚ ਵਾਧਾ ਹੁੰਦਾ ਹੈ ?

7 ਕਈ ਪਰਿਵਾਰਾਂ ਵਿੱਚ ਐਨੇ ਬੰਦੇ ਨਹੀਂ ਜਿੰਨੀਆਂ ਕਾਰਾਂ ਹਨ। ਇਨ੍ਹਾਂ ਪਰਿਵਾਰਾਂ ਨੂੰ ਤੁਸੀਂ ਕੀ ਸਲਾਹ ਦਿਓਗੇ ?

8 ਬੱਸ ਤੇ ਜਾਂ ਰੇਲ ਗੱਡੀ ਤੇ ਸਫਰ ਕਰਨਾ ਵਾਤਾਵਰਨ ਲਈ ਕਿਉਂ ਚੰਗਾ ਹੈ ?

9 ਤੁਸੀਂ ਆਪਣੇ ਘਰ ਦੇ ਕੂੜੇ-ਕਰਕਟ ਦੇ ਪੁਨਰ ਨਿਰਮਾਣ ਲਈ ਕੀ ਕੀ ਕਰਦੇ ਹੋ ?

10 ਤੁਸੀਂ ਪਿਛਲੇ ਕੁਝ ਦਿਨਾਂ ਵਿੱਚ ਵਾਤਾਵਰਨ ਦੀ ਦੇਖ ਭਾਲ ਲਈ ਕੀ ਕੀਤਾ ਸੀ ?

11 ਤੁਹਾਡੇ ਸ਼ਹਿਰ ਦੀ ਕੌਂਸਲ ਪ੍ਰਦੂਸ਼ਨ ਘਟਾਉਣ ਲਈ ਪਬਲਿਕ ਦੀ ਕਿਵੇਂ ਮਦਦ ਕਰਦੀ ਹੈ ?

Section 5

Context: Work and Education: Pressures and problems

Example: Presentation on School-pressures and problems

ਮੈਂ ਹੁਣ ਤੁਹਾਨੂੰ ਆਪਣੇ ਸਕੂਲ ਅਤੇ ਪੜ੍ਹਾਈ ਬਾਰੇ ਦੱਸਦੀ ਹਾਂ। ਮੈਂ ਖਾਲਸਾ ਅਕੈਡਮੀ ਵਿੱਚ ਯੀਅਰ 11 ਗਿਆਰਵੀਂ ਕਲਾਸ ਵਿੱਚ ਪੜ੍ਹਦੀ ਹਾਂ ਅਤੇ ਮੈਨੂੰ ਇਹ ਸਕੂਲ ਬਹੁਤ ਚੰਗਾ ਲਗਦਾ ਹੈ। ਪਹਿਲਾਂ ਸੱਤਵੀ ਕਲਾਸ ਤੋਂ ਲੈ ਕੇ ਦਸਵੀਂ ਕਲਾਸ ਤੱਕ ਸਕੂਲ ਦਾ ਕੰਮ ਬਹੁਤ ਸੌਖਾ ਸੀ ਤੇ ਮੈਂ ਬਹੁਤ ਪਸੰਦ ਕਰਦੀ ਸੀ। ਪਰ ਇਸ ਸਾਲ ਤਾਂ ਬਹੁਤ ਮੁਸ਼ਕਲਾਂ ਆ ਰਹੀਆਂ ਹਨ। ਸਾਰੇ ਅਧਿਆਪਕ ਘਰ ਕਰਨ ਲਈ ਬਹੁਤ ਕੰਮ ਦਿੰਦੇ ਹਨ ਅਤੇ ਇਸ ਦੇ ਨਾਲ ਨਾਲ ਕੋਰਸ ਵਰਕ ਵੀ ਕਰਨਾ ਪੈਂਦਾ ਹੈ। ਘਰ ਜਾ ਕੇ ਵੀ ਕਿਤਾਬਾਂ ਨਾਲ ਹੀ ਮੱਥਾ ਮਾਰਨਾ ਪੈਂਦਾ ਹੈ ਤੇ ਹੋਰ ਕੁਝ ਕਰਨ ਲਈ ਸਮਾਂ ਹੀ ਨਹੀਂ ਮਿਲਦਾ।

ਦੂਜੀ ਮੁਸ਼ਕਲ ਇਹ ਹੈ ਕਿ ਮੇਰੀ ਇੱਕ ਸਹੇਲੀ ਬੜੀ ਸ਼ਰਾਰਤੀ ਹੈ ਤੇ ਉਹ ਮੈਨੂੰ ਮਨ ਲਗਾ ਕੇ ਪੜ੍ਹਾਈ ਨਹੀਂ ਕਰਨ ਦਿੰਦੀ। ਉਹ ਹੋਰ ਕੁੜੀਆਂ ਨਾਲ ਮਿਲ ਕੇ ਆਪਣਾ ਗਰੁੱਪ ਬਣਾ ਕੇ ਮੈਨੂੰ ਤੰਗ ਕਰਦੀ ਰਹਿੰਦੀ ਹੈ। ਕਦੇ ਮੈਨੂੰ ਤੰਗ ਕਰਨ ਲਈ ਮੇਰੇ ਮੋਬਾਇਲ ਫੋਨ ਤੇ ਧਮਕੀਆਂ ਦਿੰਦੀ ਰਹਿੰਦੀ ਹੈ ਤੇ ਕਦੇ ਮੇਰਾ ਕੰਮ ਖਰਾਬ ਕਰ ਦਿੰਦੀ ਹੈ। ਮੈਂ ਤਾਂ ਉਸ ਤੋਂ ਤੰਗ ਆ ਚੁੱਕੀ ਹਾਂ ਤੇ ਮੈਨੂੰ ਪਤਾ ਨਹੀਂ ਲਗਦਾ ਕਿ ਕੀ ਕਰਾਂ।

ਮੈਨੂੰ ਇਮਤਿਹਾਨਾਂ ਦਾ ਬੜਾ ਫਿਕਰ ਲੱਗਾ ਹੋਇਆ ਹੈ। ਮੇਰੇ ਮਾਤਾ ਪਿਤਾ ਅਤੇ ਸਾਰੇ ਅਧਿਆਪਕ ਇਹੀ ਕਹਿੰਦੇ ਰਹਿੰਦੇ ਹਨ ਕਿ ਤੂੰ ਸਾਰੇ ਵਿਸ਼ਿਆਂ ਵਿੱਚ ਏ ਗਰੇਡ ਲੈਣੇ ਹਨ। ਪਰ ਮੈਂ ਕਈ ਵਾਰੀ ਘਬਰਾ ਜਾਂਦੀ ਹਾਂ ਕਿ ਜੇ ਮੇਰਾ ਕਿਸੇ ਵਿਸ਼ੇ ਵਿੱਚ ਏ ਗਰੇਡ ਨਾ ਆਇਆ ਤਾਂ ਮੇਰੇ ਮਾਤਾ ਪਿਤਾ ਮੇਰੇ ਨਾਲ ਗੁੱਸੇ ਨਾ ਹੋਣ। ਮੈਂ ਤਾਂ ਇਹ ਮਨ ਬਣਾ ਲਿਆ ਹੈ ਕਿ ਹੁਣ ਚੁੱਪ ਕਰ ਕੇ ਮਨ ਲਗਾ ਕੇ ਪੜ੍ਹਾਈ ਕਰਾਂਗੀ ਤੇ ਬਾਕੀ ਸਾਰਾ ਕੁਝ ਰੱਬ ਆਸਰੇ ਛੱਡ ਦਿਆਂਗੀ। ਦੇਖੋ ਫਿਰ ਕਿਸ ਤਰ੍ਹਾਂ ਦੇ ਗਰੇਡ ਆਉਣਗੇ।

Context: Work and Education: Pressures and problems

Questions for Discussion (Example Presentation)

- ਪਹਿਲਾਂ ਸਕੂਲ ਵਿੱਚ ਤੁਹਾਨੂੰ ਸਭ ਤੋਂ ਚੰਗਾ ਕੀ ਲਗਦਾ ਸੀ ?
- ਤੁਹਾਨੂੰ ਸਕੂਲ ਤੋਂ ਮਿਲਿਆ ਹੋਇਆ ਘਰ ਦਾ ਕੰਮ ਕਰਨ ਵਿੱਚ ਕੀ ਕੀ ਮੁਸ਼ਕਲਾਂ ਆ ਰਹੀਆਂ ਹਨ ?
- ਤੁਹਾਡੇ ਸਕੂਲ ਵਲੋਂ ਘਰ ਕਰਨ ਲਈ ਮਿਲਿਆ ਕੰਮ ਕਰਨ ਵਿੱਚ ਮਦਦ ਕਰਨ ਵਿੱਚ ਕੌਣ ਮਦਦ ਕਰਦਾ ਹੈ ਅਤੇ ਕਿਵੇਂ ?
- ਤੁਹਾਡੀ ਸਹੇਲੀ ਤੁਹਾਨੂੰ ਕਿਉਂ ਤੰਗ ਕਰਦੀ ਹੈ ? ਇਸ ਦੇ ਕੀ ਕਾਰਨ ਹਨ ?
- ਤੁਸੀਂ ਉਸ ਨੂੰ ਅਜਿਹਾ ਕਰਨ ਤੋਂ ਰੋਕਣ ਲਈ ਕੀ ਕਰੋਗੇ ?
- ਕੋਈ ਹੋਰ ਵਿਦਿਆਰਥੀ ਨੂੰ ਸਕੂਲ ਵਿੱਚ ਬੁਲੀਇੰਗ ਕੀਤਾ ਜਾਂਦਾ ਹੋਵੇ ਤਾਂ ਤੁਸੀਂ ਕੀ ਕਰੋਗੇ ?
- ਤੁਹਾਡਾ ਮਨਪਸੰਦ ਵਿਸ਼ਾ ਕਿਹੜਾ ਹੈ ਅਤੇ ਕਿਉਂ ?
- ਤੁਸੀਂ ਜੀ ਸੀ ਐਸ ਈ ਕਰਕੇ ਕੀ ਕਰੋਗੇ ? ਕਿੱਥੇ ?
- ਤੁਸੀਂ ਵੱਡੇ ਹੋ ਕੇ ਕਿਹੜਾ ਕੰਮ ਕਰਨਾ ਚਾਹੁੰਦੇ ਹੋ ਤੇ ਕਿਉਂ ?

1 ਤੁਹਾਡਾ ਸਕੂਲ ਕਿਸ ਤਰ੍ਹਾਂ ਦਾ ਹੈ ? ਇਸ ਬਾਰੇ ਦੱਸੋ।

2 ਤੁਸੀਂ ਸਕੂਲ ਵਿੱਚ ਸਭ ਤੋਂ ਜ਼ਿਆਦਾ ਕੀ ਪਸੰਦ ਕਰਦੇ ਹੋ ਅਤੇ ਕਿਉਂ ?

3 ਆਪਣੇ ਸਕੂਲ ਵਿੱਚ ਤੁਸੀਂ ਕੀ ਬਦਲਣਾ ਚਾਹੋਗੇ ਅਤੇ ਕਿਉਂ ?

4 ਸਕੂਲ ਵਿੱਚ ਕਿਹੜਾ ਵਿਸ਼ਾ ਪੜ੍ਹਨਾ ਸਭ ਤੋਂ ਵੱਧ ਪਸੰਦ ਕਰਦੇ ਹੋ ਅਤੇ ਕਿਉਂ ?

5 ਤੁਹਾਡੇ ਸਕੂਲ ਵਿੱਚ ਪੜ੍ਹਾਈ ਦੇ ਨਾਲ ਨਾਲ ਵਿਦਿਆਰਥੀਆਂ ਲਈ ਹੋਰ ਕੀ ਸਹੂਲਤਾਂ ਹਨ ?

6 ਤੁਹਾਡੇ ਸਕੂਲ ਵਿੱਚ ਵਿਦਿਆਰਥੀਆਂ ਦੀ ਕੌਂਸਿਲ ਕਿਸ ਤਰ੍ਹਾਂ ਦੇ ਕੰਮ ਕਰਦੀ ਹੈ ? ਕੀ ਉਨ੍ਹਾਂ ਦੇ ਵਿਚਾਰ ਸੁਣੇ ਜਾਂਦੇ ਹਨ ? ਕਿਵੇਂ ?

7 ਤੁਸੀਂ ਜੀ ਸੀ ਐਸ ਈ ਕਰਨ ਤੋਂ ਬਾਅਦ ਕੀ ਕਰੋਗੇ ਅਤੇ ਕਿੱਥੇ ਕਰੋਗੇ ?

8 ਆਮ ਸਕੂਲਾਂ ਵਿੱਚ ਬੁਲੀਇੰਗ ਦੀ ਬਹੁਤ ਸਮੱਸਿਆ ਹੈ ? ਤੁਸੀਂ ਆਪਣੇ ਸਕੂਲ ਵਿੱਚ ਬੁਲੀਇੰਗ ਅਤੇ ਵਿਦਿਆਰਥੀਆਂ ਦੇ ਵਰਤਾਓ ਬਾਰੇ ਦੱਸੋ।

9 ਤੁਹਾਡੇ ਵਿਚਾਰ ਨਾਲ ਤੁਹਾਡੀ ਕਲਾਸ ਦੇ ਵਿਦਿਆਰਥੀ ਆਉਣ ਵਾਲੇ ਦਸ ਸਾਲਾਂ ਵਿੱਚ ਕਿੱਥੇ ਅਤੇ ਕੀ ਕਰ ਰਹੇ ਹੋਣਗੇ ?

10 ਤੁਸੀਂ ਆਪਣੇ ਸਕੂਲ ਤੋਂ ਕੰਮ ਦੇ ਤਜਰਬੇ ਲਈ ਕਿੱਥੇ ਗਏ ਸੀ ਅਤੇ ਤੁਸੀਂ ਇਸ ਤੋਂ ਕੀ ਸਿੱਖਿਆ ?

11 ਕੰਮ ਦੇ ਤਜਰਬੇ ਤੇ ਤੁਸੀਂ ਕੀ ਪਸੰਦ ਨਹੀਂ ਕੀਤਾ ਅਤੇ ਕਿਉਂ ?

12 ਇਮਤਿਹਾਨਾਂ ਲਈ ਤਿਆਰੀ ਕਰਨ ਲਈ ਮਦਦ ਕਰਨ ਲਈ ਤੁਹਾਡੇ ਸਕੂਲ ਵਿੱਚ ਕੀ ਕੀ ਸਹਾਇਤਾ ਕੀਤੀ ਜਾਂਦੀ ਹੈ ?

13 ਸਕੂਲ ਦੀ ਪੜ੍ਹਾਈ ਪੂਰੀ ਕਰਨ ਤੋਂ ਬਾਅਦ ਤੁਸੀਂ ਕੀ ਕਰੋਗੇ ?

1 ਤੁਸੀਂ ਆਪਣੇ ਕੰਮ ਦੇ ਤਜਰਬੇ ਲਈ ਕਿੱਥੇ ਕੰਮ ਕੀਤਾ ਸੀ ?

2 ਤੁਸੀਂ ਉੱਥੇ ਕੀ ਕੀ ਕਰਦੇ ਹੁੰਦੇ ਸੀ ?

3 ਤੁਹਾਨੂੰ ਕੰਮ ਦੇ ਤਜਰਬੇ ਤੇ ਸਭ ਤੋਂ ਚੰਗਾ / ਮਾੜਾ ਕੀ ਲੱਗਾ ਤੇ ਕਿਉਂ ?

4 ਤੁਹਾਡੇ ਖਿਆਲ ਵਿੱਚ ਕੰਮ ਦੇ ਤਜਰਬੇ ਦੇ ਕੀ ਫਾਇਦੇ ਤੇ ਕੀ ਨੁਕਸਾਨ ਹਨ ?

5 ਕਈ ਵਿਦਿਆਰਥੀ ਪੜ੍ਹਨ ਦੇ ਨਾਲ ਨਾਲ ਪਾਰਟ ਟਾਈਮ ਕੰਮ ਵੀ ਕਰਦੇ ਹਨ। ਤੁਹਾਡੇ ਇਸ ਬਾਰੇ ਕੀ ਵਿਚਾਰ ਹਨ ?

6 ਤੁਸੀਂ ਪਾਰਟ ਟਾਈਮ ਨੌਕਰੀ ਲੱਭਣ ਲਈ ਕੀ ਕੀ ਕਰੋਗੇ ?

7 ਵੱਡੇ ਹੋ ਕੇ ਤੁਸੀਂ ਕਿਸ ਤਰ੍ਹਾਂ ਦੀ ਨੌਕਰੀ ਕਰਨੀ ਪਸੰਦ ਕਰੋਗੇ ਅਤੇ ਕਿਉਂ ?

8 ਤੁਹਾਡੀ ਮਨਪਸੰਦ ਨੌਕਰੀ ਪ੍ਰਾਪਤ ਕਰਨ ਲਈ ਤੁਹਾਨੂੰ ਕਿਹੜੀ ਪੜ੍ਹਾਈ ਜਾਂ ਟਰੇਨਿੰਗ ਕਰਨੀ ਪਵੇਗੀ ?

9 ਤੁਸੀਂ ਇਹ ਪੜ੍ਹਾਈ ਜਾਂ ਟਰੇਨਿੰਗ ਕਿੱਥੇ ਕਰੋਗੇ ਅਤੇ ਕਿਉਂ ?

10 ਤੁਹਾਡੀ ਮਨਪਸੰਦ ਨੌਕਰੀ ਮਿਲਣ ਦੇ ਕਿੰਨੇ ਕੁ ਮੌਕੇ ਹਨ ?

11 ਅੱਜ ਕੱਲ੍ਹ ਨੌਕਰੀ ਮਿਲਣੀ ਔਖੀ ਹੈ ਜੇ ਤੁਹਾਨੂੰ ਤੁਹਾਡੀ ਮਨਪਸੰਦ ਨੌਕਰੀ ਨਾ ਮਿਲੀ ਤਾਂ ਕੀ ਕਰੋਗੇ ?

12 ਆਪਣਾ ਕਾਰੋਬਾਰ ਖੋਲ੍ਹਣ ਵਿੱਚ ਕੀ ਕੀ ਮੁਸ਼ਕਲਾਂ ਆਉਂਦੀਆਂ ਹਨ ?

13 ਪੰਜਾਬ ਦੇ ਸ਼ਹਿਰਾਂ ਵਿੱਚ ਛੋਟੇ ਛੋਟੇ ਬੱਚੇ ਕੰਮ ਕਰਦੇ ਦੇਖੇ ਜਾ ਸਕਦੇ ਹਨ। ਤੁਸੀਂ 'ਚਾਇਲਡ ਲੇਬਰ' ਦੇ ਵਿਸ਼ੇ ਤੇ ਕੀ ਕਹਿਣਾ ਚਾਹੁੰਦੇ ਹੋ ?

14 ਸਰਕਾਰ ਨੂੰ ਹੋਰ ਨੌਕਰੀਆਂ ਪੈਦਾ ਕਰਨ ਲਈ ਕੀ ਕੀ ਕਰਨਾ ਚਾਹੀਦਾ ਹੈ ?

1 ਤੁਸੀਂ ਕਿਸ ਤਰ੍ਹਾਂ ਦਾ ਕੰਮ ਕਰਨਾ ਪਸੰਦ ਕਰੋਗੇ ?

2 ਡਾਕਟਰ / ਟੀਚਰ ਦੀ ਨੌਕਰੀ ਕੰਮ ਕਰਨ ਦੇ ਕੀ ਫਾਇਦੇ ਤੇ ਕੀ ਨੁਕਸਾਨ ਹਨ ?

3 ਆਪਣਾ ਕਾਰੋਬਾਰ ਕਰਨ ਦੇ ਕੀ ਫਾਇਦੇ ਤੇ ਕੀ ਨੁਕਸਾਨ ਹਨ ?

4 ਆਉਣ ਵਾਲੇ ਦਸ ਕੁ ਸਾਲਾਂ ਵਿੱਚ ਕਿਸ ਪ੍ਰਕਾਰ ਦੀਆਂ ਨੌਕਰੀਆਂ ਹੋਣਗੀਆਂ ?

5 ਸਾਰਾ ਦਿਨ ਦਫਤਰ ਵਿੱਚ ਕੰਮ ਕਰਨ ਦੇ ਕੀ ਫਾਇਦੇ ਤੇ ਕੀ ਨੁਕਸਾਨ ਹਨ ?

6 ਕਈ ਲੋਕ ਕੰਮ ਕਰਨ ਵੱਖ ਵੱਖ ਥਾਵਾਂ ਤੇ ਅਤੇ ਕਈ ਵਾਰੀ ਬਹੁਤ ਦੂਰ ਜਾਂਦੇ ਹਨ। ਤੁਸੀਂ ਇੱਕ ਥਾਂ ਤੇ ਕੰਮ ਕਰਨਾ ਪਸੰਦ ਕਰੋਗੇ ਜਾਂ ਵੱਖ ਵੱਖ ਥਾਵਾਂ ਤੇ ? ਕਿਉਂ ?

7 ਸਾਰੇ ਲੋਕ ਪੈਸੇ ਕਮਾਉਣ ਲਈ ਕੰਮ ਤੇ ਜਾਂਦੇ ਹਨ ਪਰ ਕੁਝ ਲੋਕ ਚੰਗੇ ਪੈਸੇ ਕਮਾਉਂਦੇ ਹੋਏ ਵੀ ਆਪਣੇ ਕੰਮ ਤੋਂ ਖੁਸ਼ ਨਹੀਂ ਹੁੰਦੇ। ਤੁਹਾਡੇ ਵਿਚਾਰ ਨਾਲ ਚੰਗੇ ਪੈਸੇ ਮਿਲਣ ਦੇ ਨਾਲ ਨਾਲ ਨੌਕਰੀ ਤੇ ਜਾਣ ਲਈ ਹੋਰ ਕੀ ਕੀ ਜ਼ਰੂਰੀ ਹੈ ? ਕਿਉਂ ?

8 ਤੁਹਾਡੇ ਖਿਆਲ ਨਾਲ ਅੱਜ ਕੱਲ੍ਹ ਕਿਸ ਤਰ੍ਹਾਂ ਦੇ ਕੰਮ ਵਿੱਚ ਜ਼ਿਆਦਾ ਪੈਸਿਆਂ ਵਾਲੀ ਨੌਕਰੀ ਮਿਲਦੀ ਹੈ ?

9 ਪਿਛਲੇ ਕੁੱਝ ਸਾਲਾਂ ਵਿੱਚ ਕਿਸ ਪ੍ਰਕਾਰ ਦੀਆਂ ਨਵੀਆਂ ਨੌਕਰੀਆਂ ਪੈਦਾ ਹੋਈਆਂ ਹਨ ?

10 ਕੰਪਿਊਟਰ ਨੇ ਲੋਕਾਂ ਦੇ ਕੰਮ ਤੇ ਕਿਸ ਤਰ੍ਹਾਂ ਦੇ ਪ੍ਰਭਾਵ ਪਾਏ ਹਨ ?

11 ਤੁਸੀਂ ਹੱਥੀਂ ਕੰਮ ਕਰਨ ਵਾਲੀ ਨੌਕਰੀ ਬਾਰੇ ਕੀ ਸੋਚਦੇ ਹੋ ? ਆਪਣੇ ਵਿਚਾਰ ਦੱਸੋ।

12 ਨੌਕਰੀ ਕਰਨ ਨਾਲੋਂ ਆਪਣਾ ਕਾਰੋਬਾਰ ਚਲਾਉਣਾ ਔਖਾ ਹੈ। ਇਸ ਬਾਰੇ ਤੁਹਾਡੇ ਕੀ ਵਿਚਾਰ ਹਨ ?

13 ਸਿਆਣੇ ਲੋਕਾਂ ਦੀ ਸੇਵਾ ਕਰਨ ਵਾਲੀ ਤੇ ਬੱਚਿਆਂ ਨਾਲ ਕੰਮ ਕਰਨ ਵਾਲੀ ਨੌਕਰੀ ਕਰਨ ਬਾਰੇ ਆਪਣੇ ਵਿਚਾਰ ਦੱਸੋ ?

1 ਸਕੂਲ ਤੋਂ ਘਰ ਕਰਨ ਲਈ ਤੁਹਾਨੂੰ ਕਿੰਨਾ ਕੁ ਕੰਮ ਮਿਲਦਾ ਹੈ ?

2 ਤੁਸੀਂ ਇਹ ਕੰਮ ਕਿਸ ਵੇਲੇ ਕਰਦੇ ਹੋ ਤੇ ਕਿਉਂ ?

3 ਸਕੂਲ ਤੋਂ ਮਿਲੇ ਕੰਮ ਕਰਨ ਦੇ ਕੀ ਕੀ ਫਾਇਦੇ ਹਨ ?

4 ਸਕੂਲ ਤੋਂ ਘਰ ਕਰਨ ਲਈ ਮਿਲਿਆ ਕੰਮ ਕਰਨ ਲਈ ਸਭ ਤੋਂ ਵਧੀਆ ਥਾਂ ਕਿਹੜੀ ਹੈ ਅਤੇ ਕਿਉਂ ?

5 ਜੇ ਘਰ ਕੰਮ ਕਰਨ ਵਿੱਚ ਕੋਈ ਮੁਸ਼ਕਲ ਆਵੇ ਜਾਂ ਤੁਹਾਡਾ ਭਰਾ / ਭੈਣ ਤੰਗ ਕਰੇ ਤਾਂ ਕੀ ਕਰੋਗੇ ?

6 ਸਕੂਲ ਦਾ ਕੰਮ ਕਰਨ ਵਿੱਚ ਜੇ ਤੁਹਾਨੂੰ ਮਦਦ ਦੀ ਲੋੜ ਹੋਵੇ ਤਾਂ ਤੁਹਾਡੀ ਸਹਾਇਤਾ ਕੌਣ ਕਰਦਾ ਹੈ ?

7 ਸਕੂਲ ਤੋਂ ਮਿਲਿਆ ਕੰਮ ਕਰਨ ਲਈ ਕਿਹੜੀਆਂ ਆਦਤਾਂ ਚੰਗੀਆਂ ਹਨ ?

8 ਤੁਹਾਡੇ ਵਿਚਾਰ ਨਾਲ ਸਕੂਲ ਦਾ ਕੰਮ ਕਰਨ ਲਈ ਸਭ ਤੋਂ ਮਾੜੀ ਆਦਤ ਕਿਹੜੀ ਹੈ ਤੇ ਕਿਉਂ ?

9 ਕੀ ਤੁਸੀਂ ਆਪਣੇ ਸਕੂਲ ਵਿੱਚ ਬੁਲੀਇੰਗ ਦੀ ਕੋਈ ਘਟਨਾ ਦੇਖੀ ਹੈ ? ਉਸ ਬਾਰੇ ਦੱਸੋ ।

10 ਸਾਈਬਰ ਬੁਲੀਇੰਗ ਬਾਰੇ ਤੁਸੀਂ ਕੀ ਜਾਣਦੇ ਹੋ ਤੇ ਮੋਬਾਇਲ ਫੋਨ ਰਾਹੀਂ ਬੁਲੀਇੰਗ ਕਰਨ ਦੀ ਸਮੱਸਿਆ ਬਾਰੇ ਤੁਸੀਂ ਕੀ ਕਹਿਣਾ ਚਾਹੋਗੇ ?

11 ਤੁਹਾਡੇ ਇਮਤਿਹਾਨਾਂ ਬਾਰੇ ਤੁਹਾਨੂੰ ਕੀ ਫਿਕਰ ਹੈ ? ਇਸ ਬਾਰੇ ਤੁਸੀਂ ਕੀ ਕਰ ਰਹੇ ਹੋ ?

12 ਸਕੂਲ ਨੂੰ ਵਿਦਿਆਰਥੀਆਂ ਦੇ ਇਮਤਿਹਾਨਾਂ ਦੇ, ਘਰ ਦੇ ਕੰਮ ਜਾਂ ਬੁਲੀਇੰਗ ਦੇ ਫਿਕਰ ਦੂਰ ਕਰਨ ਲਈ ਕੀ ਕਰਨਾ ਚਾਹੀਦਾ ਹੈ ?

Context: Work and Education: Pressures and problems: Homework

General Conversation:

ਸਕੂਲ ਤੋਂ ਘਰ ਕਰਨ ਲਈ ਮਿਲਿਆ ਕੰਮ

The answers given on pages 49, 50 and 51 are to start the discussion, modelling a variety of answers students will give in these situations. Teachers may cut these strips and ask students to pretend to be a particular character. Then they can act out that person and it will give them a fair idea of that individual's attitude. Teachers may use these questions for pair work or group work.

It will provide a good opportunity for students to present their own views on the following questions.

- ਸਕੂਲ ਤੋਂ ਘਰ ਕਰਨ ਲਈ ਤੁਹਾਨੂੰ ਕਿੰਨਾ ਕੁ ਕੰਮ ਮਿਲਦਾ ਹੈ ?
- ਤੁਸੀਂ ਇਹ ਕੰਮ ਕਿਸ ਸਮੇਂ ਕਰਦੇ ਹੋ ਤੇ ਕਿਉਂ ?
- ਸਕੂਲ ਤੋਂ ਮਿਲਿਆ ਘਰ ਦਾ ਕੰਮ ਕਰਨ ਦੇ ਕੀ ਫਾਇਦੇ ਹਨ ?
- ਸਕੂਲ ਤੋਂ ਘਰ ਕਰਨ ਲਈ ਮਿਲਿਆ ਕੰਮ ਕਰਨ ਲਈ ਸਭ ਤੋਂ ਵਧੀਆ ਥਾਂ ਕਿਹੜੀ ਹੈ ਤੇ ਕਿਉਂ ?
- ਜੇ ਘਰ ਕੰਮ ਕਰਨ ਵਿੱਚ ਕੋਈ ਮੁਸ਼ਕਲ ਆਵੇ ਜਾਂ ਤੁਹਾਡਾ ਭਰਾ / ਭੈਣ ਤੰਗ ਕਰੇ ਤਾਂ ਕੀ ਕਰੋਗੇ ?
- ਸਕੂਲ ਦਾ ਕੰਮ ਕਰਨ ਵਿੱਚ ਜੇ ਤੁਹਾਨੂੰ ਮਦਦ ਦੀ ਲੋੜ ਹੋਵੇ ਤਾਂ ਤੁਹਾਡੀ ਸਹਾਇਤਾ ਕੌਣ ਕਰਦਾ ਹੈ ?
- ਸਕੂਲ ਤੋਂ ਮਿਲਿਆ ਕੰਮ ਕਰਨ ਲਈ ਤੁਹਾਡੀਆਂ ਕਿਹੜੀਆਂ ਆਦਤਾਂ ਚੰਗੀਆਂ ਹਨ ?
- ਤੁਹਾਡੇ ਵਿਚਾਰ ਨਾਲ ਸਕੂਲ ਦਾ ਕੰਮ ਕਰਨ ਲਈ ਸਭ ਤੋਂ ਮਾੜੀ ਆਦਤ ਕਿਹੜੀ ਹੈ ਤੇ ਕਿਉਂ ?

Context: Work and Education: Pressures and problems (Homework)

Group discussion

ਕੀ ਸਕੂਲ ਤੋਂ ਘਰ ਕਰਨ ਲਈ ਮਿਲਿਆ ਕੰਮ ਕਰਨਾ ਜ਼ਰੂਰੀ ਹੈ ?

ਸੀਮਾ

ਮੇਰੇ ਖਿਆਲ ਵਿੱਚ ਸਕੂਲ ਤੋਂ ਘਰ ਕਰਨ ਲਈ ਮਿਲਿਆ ਕੰਮ ਕਰਨਾ ਬਹੁਤ ਜ਼ਰੂਰੀ ਹੈ। ਇਸ ਨਾਲ ਤੁਹਾਨੂੰ ਜੋ ਵੀ ਸਿੱਖਿਆ ਹੈ ਉਹ ਸਮਝ ਆ ਜਾਂਦਾ ਹੈ ਕਿਉਂਕਿ ਤੁਸੀਂ ਉਸ ਬਾਰੇ ਫਿਰ ਚੰਗੀ ਤਰ੍ਹਾਂ ਸੋਚਦੇ ਹੋ। ਇਸ ਨਾਲ ਤੁਹਾਨੂੰ ਉਹ ਕੁੱਝ ਸਿੱਖਣ ਲਈ ਵੀ ਮਦਦ ਮਿਲਦੀ ਹੈ ਜੋ ਇਮਤਿਹਾਨ ਪਾਸ ਕਰਨ ਲਈ ਜ਼ਰੂਰੀ ਹੈ।

ਤਰਨਜੀਤ

ਹਾਂ ਜੀ, ਮੇਰਾ ਵਿਚਾਰ ਹੈ ਕਿ ਸਕੂਲ ਤੋਂ ਘਰ ਕਰਨ ਲਈ ਮਿਲਿਆ ਕੰਮ ਕਰਨਾ ਜ਼ਰੂਰੀ ਤਾਂ ਹੈ ਪਰ ਕਈ ਵਾਰੀ ਤਾਂ ਇਹ ਸਾਡਾ ਸਮਾਂ ਬਰਬਾਦ ਕਰਨ ਲਈ ਹੀ ਹੁੰਦਾ ਹੈ। ਮੈਂ ਸੋਚਦਾ ਹਾਂ ਕਿ ਟੀਚਰ ਨੇ ਇਹ ਕੰਮ ਇਸ ਕਾਰਨ ਹੀ ਦਿੱਤਾ ਹੈ ਕਿਉਂਕਿ ਟਾਈਮਟੇਬਲ ਅਨੁਸਾਰ ਘਰ ਕਰਨ ਲਈ ਉਸ ਵਿਸ਼ੇ ਦਾ ਕੰਮ ਮਿਲਣਾ ਚਾਹੀਦਾ ਹੈ।

ਗਗਨਦੀਪ

ਜੇ ਤੁਹਾਨੂੰ ਘਰ ਕਰਨ ਵਾਸਤੇ ਸਕੂਲ ਤੋਂ ਕੰਮ ਨਹੀਂ ਮਿਲਦਾ ਤਾਂ ਤੁਸੀਂ ਕਲਾਸ ਵਿੱਚ ਵੀ ਧਿਆਨ ਲਗਾ ਕੇ ਨਹੀਂ ਪੜ੍ਹਦੇ। ਘਰ ਆ ਕੇ ਕੰਮ ਕਰਕੇ ਪਤਾ ਲੱਗ ਜਾਂਦਾ ਹੈ ਕਿ ਕਿਹੜੀ ਚੀਜ਼ ਸਮਝ ਆਈ ਹੈ ਅਤੇ ਕਿਹੜੀ ਨਹੀਂ।

ਅਮਨ

ਮੈਨੂੰ ਤਾਂ ਪਤਾ ਨਹੀਂ ਲਗਦਾ ਕਿ ਸਾਨੂੰ ਸਕੂਲ ਤੋਂ ਘਰ ਕਰਨ ਵਾਸਤੇ ਕੰਮ ਦਿੱਤਾ ਹੀ ਕਿਉਂ ਜਾਂਦਾ ਹੈ ? ਅਸੀਂ ਸਕੂਲ ਵਿੱਚ ਇੰਨਾ ਜ਼ਿਆਦਾ ਕੰਮ ਕਰਦੇ ਹਾਂ ਕਿ ਥੱਕ ਜਾਂਦੇ ਹਾਂ। ਸਾਡੇ ਲਈ ਸ਼ਾਮ ਨੂੰ ਘਰ ਆ ਕੇ, ਜੋ ਵੀ ਸਾਡਾ ਦਿਲ ਕਰਦਾ ਹੈ ਉਹ ਕਰਨ ਵਾਸਤੇ ਸਮਾਂ ਵੀ ਹੋਣਾ ਚਾਹੀਦਾ ਹੈ।

Group discussion

ਸਕੂਲ ਤੋਂ ਘਰ ਕਰਨ ਲਈ ਮਿਲਿਆ ਕੰਮ ਕਰਨ ਲਈ ਕਿਹੜਾ ਸਮਾਂ ਸਭ ਤੋਂ ਚੰਗਾ ਹੈ ?

ਸੀਮਾ

ਇਹ ਇਸ ਗੱਲ ਤੇ ਨਿਰਭਰ ਕਰਦਾ ਹੈ ਕਿ ਘਰ ਜਾ ਕੇ ਸ਼ਾਮ ਨੂੰ ਤੁਸੀਂ ਕੀ ਕਰਨਾ ਹੈ। ਕਈ ਵਾਰੀ ਤਾਂ ਮੈਂ ਘਰ ਆ ਕੇ ਉਸੇ ਵੇਲੇ ਸਕੂਲ ਤੋਂ ਮਿਲਿਆ ਹੋਇਆ ਕੰਮ ਕਰ ਲੈਂਦੀ ਹਾਂ। ਕਦੇ ਕਦੇ ਮੈਂ ਰਾਤ ਨੂੰ ਕਰਦੀ ਹਾਂ ਕਿਉਂਕਿ ਸਕੂਲ ਤੋਂ ਘਰ ਆ ਕੇ ਮੈਂ ਟੈਨਿਸ ਖੇਡਣ ਜਾਂ ਪੰਜਾਬੀ ਕਲਾਸ ਵਿੱਚ ਜਾਣਾ ਹੁੰਦਾ ਹੈ।

ਤਰਨਜੀਤ

ਮੈਂ ਤਾਂ ਉਸ ਵੇਲੇ ਕਰਦਾ ਹਾਂ ਜਦੋਂ ਮੇਰਾ ਦਿਲ ਕਰੇ। ਕਦੇ ਕਦੇ ਤਾਂ ਮੈਨੂੰ ਯਾਦ ਹੀ ਨਹੀਂ ਰਹਿੰਦਾ। ਫਿਰ ਮੈਂ ਸਵੇਰ ਨੂੰ ਸਕੂਲ ਆਉਣ ਵੇਲੇ ਬੱਸ ਵਿੱਚ ਬੈਠ ਕੇ ਹੀ ਕਰ ਲੈਂਦਾ ਹਾਂ।

ਗਗਨਦੀਪ

ਮੈਂ ਤਾਂ ਹਰ ਰੋਜ਼ ਸਕੂਲ ਤੋਂ ਮਿਲਿਆ ਹੋਇਆ ਕੰਮ ਇੱਕ ਸਮੇਂ ਤੇ ਹੀ ਕਰਦੀ ਹਾਂ। ਸਕੂਲ ਤੋਂ ਆ ਕੇ ਮੈਂ ਅੱਧਾ ਕੁ ਘੰਟਾ ਟੈਲਵਿਜ਼ਨ ਦੇਖਦੀ ਹਾਂ। ਫਿਰ ਕੁਝ ਖਾ ਕੇ ਮੈਂ ਕੰਮ ਕਰਨ ਲੱਗ ਪੈਂਦੀ ਹਾਂ। ਕੰਮ ਖਤਮ ਕਰਕੇ ਕੋਈ ਫਿਕਰ ਨਹੀਂ ਰਹਿੰਦਾ ਤੇ ਫਿਰ ਮੈਂ MSN ਤੇ ਆਪਣੀਆਂ ਸਹੇਲੀਆਂ ਨਾਲ ਗੱਲ ਬਾਤ ਕਰਦੀ ਹਾਂ।

ਅਮਨ

ਮੈਂ ਤਾਂ ਘਰ ਕਰਨ ਲਈ ਮਿਲਿਆ ਕੰਮ ਦੁਪਹਿਰ ਦੇ ਖਾਣੇ ਸਮੇਂ ਹੀ ਕਰ ਲੈਂਦਾ ਹਾਂ ਜਾਂ ਫਿਰ ਸਵੇਰ ਵੇਲੇ ਸਕੂਲ ਜਾ ਕੇ ਘੰਟੀ ਵੱਜਣ ਤੋਂ ਪਹਿਲਾਂ। ਜਿਸ ਤਰ੍ਹਾਂ ਮੈਂ ਪਹਿਲਾਂ ਕਿਹਾ ਕਿ ਮੈਂ ਸੋਚਦਾ ਰਹਿੰਦਾ ਹਾਂ ਕਿ ਸਾਨੂੰ ਇਹ ਕੰਮ ਕਰਨ ਲਈ ਕਿਉਂ ਦਿੱਤਾ ਜਾਂਦਾ ਹੈ।

Context: Work and Education: Pressures and problems (Homework)

Group discussion

ਸਕੂਲ ਤੋਂ ਘਰ ਕਰਨ ਲਈ ਮਿਲਿਆ ਕੰਮ ਕਰਨ ਲਈ ਤੁਸੀਂ ਕਿੰਨਾ ਸਮਾਂ ਲਗਾਉਂਦੇ ਹੋ ?

ਸੀਮਾ

ਮੈਂ ਤਾਂ ਜਿੰਨਾ ਟੀਚਰ ਕਹਿਣ ਉੱਨਾ ਸਮਾਂ ਘਰ ਕਰਨ ਲਈ ਮਿਲੇ ਹੋਏ ਕੰਮ ਤੇ ਲਗਾਉਂਦੀ ਹਾਂ। ਮੇਰੇ ਮਾਤਾ ਜੀ ਮੈਨੂੰ ਦੇਰ ਰਾਤ ਤੱਕ ਜਾਗਣ ਨਹੀਂ ਦਿੰਦੇ। ਜੇ ਮੇਰਾ ਕੰਮ ਖਤਮ ਨਾ ਹੋਵੇ ਤਾਂ ਉਹ ਮੈਨੂੰ ਕਰਨ ਤੋਂ ਹਟਾ ਦਿੰਦੇ ਹਨ। ਇੱਕ ਵਾਰੀ ਉਨ੍ਹਾਂ ਨੇ ਟੀਚਰ ਨੂੰ ਲਿਖਿਆ ਵੀ ਸੀ ਕਿ ਮੈਂ ਬਹੁਤ ਜ਼ਿਆਦਾ ਸਮਾਂ ਘਰ ਕਰਨ ਲਈ ਮਿਲੇ ਕੰਮ ਤੇ ਲਗਾਉਂਦੀ ਹਾਂ ਤੇ ਇੰਨਾ ਜ਼ਿਆਦਾ ਕੰਮ ਨਹੀਂ ਮਿਲਣਾ ਚਾਹੀਦਾ।

ਤਰਨਜੀਤ

ਕਦੇ ਕਦੇ ਬਹੁਤ ਸਮਾਂ ਲਗਾਉਂਦਾ ਹਾਂ ਤੇ ਕਦੇ ਕਦੇ ਬਹੁਤ ਘੱਟ। ਜਦ ਤਾਂ ਕੰਮ ਦਿਲਚਸਪ ਹੋਵੇ ਤਾਂ ਮੈਂ ਜ਼ਿਆਦਾ ਸਮਾਂ ਲਗਾਉਂਦਾ ਹਾਂ ਨਹੀਂ ਤਾਂ ਛੇਤੀ ਕਰਕੇ ਖਤਮ ਕਰ ਦਿੰਦਾ ਹਾਂ। ਬਹੁਤੀ ਵਾਰੀ ਤਾਂ ਜਿੰਨਾ ਵੀ ਸਮਾਂ ਲੱਗੇ, ਲਗਾ ਕੇ ਕੰਮ ਖਤਮ ਕਰ ਲੈਂਦਾ ਹਾਂ।

ਗਗਨਦੀਪ

ਕਈ ਵਾਰੀ ਕੇ ਮੈਨੂੰ ਕੁਝ ਪਤਾ ਨਾ ਹੋਵੇ ਤਾਂ ਬਹੁਤ ਹੀ ਲੰਬਾ ਸਮਾਂ ਲੱਗ ਜਾਂਦਾ ਹੈ ਖਾਸ ਕਰਕੇ ਜੇ ਤੁਸੀਂ ਕੋਈ ਲੇਖ ਲਿਖਣਾ ਹੋਵੇ। ਕਈ ਵਾਰੀ ਤਾਂ ਮੈਂ ਦਸ ਵਜੇ ਤੱਕ ਕੰਮ ਖਤਮ ਕਰਨ ਲਈ ਹੀ ਜਾਗਦੀ ਰਹਿੰਦੀ ਹਾਂ।

ਅਮਨ

ਮੈਂ ਤਾਂ ਜਿੰਨੀ ਵੀ ਜਲਦੀ ਹੋ ਸਕੇ ਆਪਣਾ ਕੰਮ ਖਤਮ ਕਰ ਲੈਂਦਾ ਹਾਂ। ਤੁਹਾਨੂੰ ਸ਼ਾਮ ਨੂੰ ਇੱਕ ਘੰਟਾ ਹੀ ਲਗਾਉਣਾ ਚਾਹੀਦਾ ਹੈ ਪਰ ਮੈਂ ਕਦੇ ਵੀ ਅੱਧੇ ਘੰਟੇ ਤੋਂ ਜ਼ਿਆਦਾ ਸਮਾਂ ਨਹੀਂ ਲਗਾਇਆ। ਹੋਰ ਕੰਮ ਵੀ ਕਰਨੇ ਹੁੰਦੇ ਹਨ, ਦੋਸਤਾਂ ਨੂੰ ਮਿਲਣਾ ਤੇ ਖੇਡਣਾ ਵੀ ਜ਼ਰੂਰੀ ਹੈ।

Section 6

GCSE Panjabi Speaking

Grade Descriptions- Student Speak Version
GRADE A

- Student should be able to start conversations and discussions.
  ਵਿਦਿਆਰਥੀ ਕੋਲ ਗੱਲ ਬਾਤ ਤੇ ਵਿਚਾਰ-ਵਟਾਂਦਰਾ ਸ਼ੁਰੂ ਕਰਨ ਦੀ ਯੋਗਤਾ ਹੋਣੀ ਚਾਹੀਦੀ ਹੈ।
- Student should be able to develop conversations and discussions.
  ਵਿਦਿਆਰਥੀ ਕੋਲ ਗੱਲ ਬਾਤ ਅੱਗੇ ਵਧਾਉਣ ਤੇ ਅੱਗੇ ਤੋਰਨ ਦੀ ਯੋਗਤਾ ਹੋਣੀ ਚਾਹੀਦੀ ਹੈ।
- Student should be able to present information clearly and be able to describe events in detail (e.g. narrate a film story or soap episode).
  ਵਿਦਿਆਰਥੀ ਦੀ ਗੱਲ ਬਾਤ ਇਸ ਤਰ੍ਹਾਂ ਦੀ ਹੋਣੀ ਚਾਹੀਦੀ ਹੈ ਕਿ ਉਸ ਦਾ ਮਤਲਬ ਸਾਫ ਹੋਵੇ ਅਤੇ ਉਹ ਘਟਨਾਵਾਂ ਦਾ ਚੰਗੀ ਤਰ੍ਹਾਂ ਵੇਰਵਾ ਦੇ ਸਕੇ।
- Student should be able to explain ideas and personal points of view.
  ਵਿਦਿਆਰਥੀ ਆਪਣੇ ਵਿਚਾਰ ਖੁੱਲ੍ਹ ਕੇ ਦੱਸ ਸਕਦਾ ਹੋਵੇ ਅਤੇ ਆਪਣੀ ਸੋਚ ਵਿਚਾਰ ਪੇਸ਼ ਕਰ ਸਕਦਾ ਹੋਵੇ।
- Student should be able to talk and communicate in detail (e.g. a sequence of ideas and events) using a variety of relevant vocabulary and sentence structures.
  ਵਿਦਿਆਰਥੀ ਲੰਬੀ ਗੱਲ ਬਾਤ ਕਰ ਸਕਦਾ ਹੋਵੇ (ਜਿਵੇਂ ਕਿ ਲੜੀਵਾਰ ਵਿਚਾਰ ਤੇ ਘਟਨਾਵਾਂ ਦਾ ਵਰਣਨ) ਜਿਸ ਵਿੱਚ ਉਹ ਵੱਖ ਵੱਖ ਤਰ੍ਹਾਂ ਦੀ ਸ਼ਬਦਾਵਲੀ ਅਤੇ ਵਾਕਾਂ ਨੂੰ ਵਰਤੋਂ ਵਿੱਚ ਲਿਆਵੇ।
- Student should be able to speak in a variety of tenses (e.g. past, present and future).
  ਵਿਦਿਆਰਥੀ ਨੂੰ ਵੱਖ ਵੱਖ ਵਾਕ (ਕਾਲ) ਵਰਤਦੇ ਹੋਏ ਗੱਲ ਬਾਤ ਕਰਨੀ ਆਉਣੀ ਹੋਣੀ ਚਾਹੀਦੀ ਹੈ।
- Student should be able to talk with confidence with good pronunciation and intonation.
  ਵਿਦਿਆਰਥੀ ਦੀ ਬੋਲੀ ਦਾ ਉਚਾਰਨ ਵਧੀਆ ਹੋਣਾ ਚਾਹੀਦਾ ਹੈ ਅਤੇ ਗੱਲ ਬਾਤ ਬਿਨਾਂ ਘਬਰਾਹਟ ਤੋਂ ਕਰਨੀ ਆਉਣੀ ਹੋਣੀ ਚਾਹੀਦੀ ਹੈ।

Grade Descriptions - Student speak version

GRADE C

- Student should be able to take part in conversations and simple discussions.
ਵਿਦਿਆਰਥੀ ਕੋਲ ਗੱਲ ਬਾਤ ਅਤੇ ਸਾਦੇ ਵਿਚਾਰ ਵਟਾਂਦਰੇ ਵਿੱਚ ਹਿੱਸਾ ਲੈਣ ਦੀ ਯੋਗਤਾ ਹੋਣੀ ਚਾਹੀਦੀ ਹੈ।

- Student should be able to present information.
ਵਿਦਿਆਰਥੀ ਨੂੰ ਜਾਣਕਾਰੀ ਪੇਸ਼ ਕਰਨੀ ਆਉਣੀ ਚਾਹੀਦੀ ਹੈ।

- Student should be able to express personal points of view.
ਵਿਦਿਆਰਥੀ ਆਪਣੇ ਵਿਚਾਰ ਤੇ ਸੋਚ ਦੱਸ ਸਕਦਾ ਹੋਵੇ।

- Student should be able to understand some unfamiliar words and respond to them.
ਵਿਦਿਆਰਥੀ ਕੋਲ ਕੁੱਝ ਜਾਣ ਪਹਿਚਾਣ ਤੋਂ ਬਾਹਰਲੇ ਸ਼ਬਦ ਸਮਝਣ ਦੀ ਅਤੇ ਜਵਾਬ ਦੇਣ ਦੀ ਯੋਗਤਾ ਹੋਣੀ ਚਾਹੀਦੀ ਹੈ।

- Student should be able to talk and communicate using a variety of sentence structures.
ਵਿਦਿਆਰਥੀ ਗੱਲ ਬਾਤ ਵਿੱਚ ਵੱਖ ਵੱਖ ਤਰ੍ਹਾਂ ਦੇ ਵਾਕ ਦਾ ਪ੍ਰਯੋਗ ਕਰ ਸਕਦਾ ਹੋਵੇ।

- Student should be able to speak in different tenses (e.g. past, and future).
ਵਿਦਿਆਰਥੀ ਨੂੰ ਵੱਖ ਵੱਖ ਕਾਲ (ਜਿਵੇਂ ਕਿ ਭੂਤ ਕਾਲ ਤੇ ਭਵਿੱਖ ਕਾਲ) ਵਰਤਦੇ ਹੋਏ ਗੱਲ ਬਾਤ ਕਰਨੀ ਆਉਣੀ ਹੋਣੀ ਚਾਹੀਦੀ ਹੈ।

- Student should be able to convey a clear message despite some errors.
ਵਿਦਿਆਰਥੀ ਦਾ ਸੁਨੇਹਾ ਸਾਫ ਸਮਝ ਆਉਣਾ ਚਾਹੀਦਾ ਹੈ ਭਾਵੇਂ ਕੁੱਝ ਗਲਤੀਆਂ ਵੀ ਹੋਣ।

- Student should be able to talk with mostly good pronunciation and intonation.
ਵਿਦਿਆਰਥੀ ਦੀ ਬੋਲੀ ਦਾ ਉਚਾਰਨ ਜ਼ਿਆਦਾਤਰ ਠੀਕ ਹੋਣਾ ਚਾਹੀਦਾ ਹੈ।

Grade Descriptions - Student speak version

GRADE E

- Student should be able to take part in simple conversations.
  ਵਿਦਿਆਰਥੀ ਕੋਲ ਗੱਲ ਬਾਤ ਵਿੱਚ ਹਿੱਸਾ ਲੈਣ ਦੀ ਯੋਗਤਾ ਹੋਣੀ ਚਾਹੀਦੀ ਹੈ।

- Student should be able to present simple information.
  ਵਿਦਿਆਰਥੀ ਨੂੰ ਸਾਦੀ ਗੱਲ ਬਾਤ ਕਰਨੀ ਆਉਣੀ ਹੋਣੀ ਚਾਹੀਦੀ ਹੈ।

- Student should be able to express simple opinions (express simple likes, dislikes and feelings).
  ਵਿਦਿਆਰਥੀ ਆਪਣੀ ਸਾਦੀ ਸੋਚ ਵਿਚਾਰ ਪੇਸ਼ ਕਰ ਸਕਦਾ ਹੋਵੇ।

- Student should be able to talk and communicate using a limited range of language.
  ਵਿਦਿਆਰਥੀ ਵਿੱਚ ਸੀਮਿਤ ਬੋਲੀ ਵਰਤਦੇ ਹੋਏ ਗੱਲ ਬਾਤ ਕਰਨ ਦੀ ਯੋਗਤਾ ਹੋਣੀ ਚਾਹੀਦੀ ਹੈ।

- Student should be able to get the main points across.
  ਵਿਦਿਆਰਥੀ ਕੋਲ ਗੱਲ ਬਾਤ ਦਾ ਮੁੱਖ ਹਿੱਸਾ ਸਮਝਾਉਣ ਦੀ ਯੋਗਤਾ ਹੋਣੀ ਚਾਹੀਦੀ ਹੈ।

- Student should be able to talk with understandable pronunciation.

  ਵਿਦਿਆਰਥੀ ਦੀ ਬੋਲੀ ਦਾ ਉਚਾਰਨ ਸਮਝ ਆਉਣਾ ਹੋਣਾ ਚਾਹੀਦਾ ਹੈ।

GCSE PANJABI SPEAKING
Examples of graded Answers

Question & Answer	Grade	Commentary
ਤੁਸੀਂ ਆਪਣੇ ਵਿਹਲੇ ਸਮੇਂ ਵਿੱਚ ਕੀ ਕੀ ਕਰਦੇ ਹੋ ? ਫੁੱਟਬਾਲ ਖੇਡਦਾ, ਟੀ ਵੀ ਦੇਖਦਾ, ਬਾਹਰ ਜਾਂਦਾ।	G	Candidate responds in single words and phrases
ਇਹਨਾਂ ਵਿੱਚੋਂ ਤੁਹਾਨੂੰ ਕੀ ਕਰਨਾ ਸਭ ਤੋਂ ਵੱਧ ਚੰਗਾ ਲੱਗਦਾ ਹੈ ਅਤੇ ਕਿਉਂ ? ਫੁੱਟਬਾਲ ਖੇਡਣਾ, ਫਰੈਂਡਾਂ ਨੂੰ ਮਿਲਦਾ।	F	Short response to the question asked, some English words used. Answer not in complete sentences.
ਤੁਸੀਂ ਇੰਟਰਨੈੱਟ ਤੇ ਕੀ ਕੀ ਕਰਨਾ ਪਸੰਦ ਕਰਦੇ ਹੋ ? MSN ਤੇ ਮਿੱਤਰਾਂ ਨਾਲ ਗੱਲਾਂ ਕਰਦਾ, ਗਾਣੇ ਸੁਣਦਾ, ਕਦੇ ਕਦੇ ਫਿਲਮ ਦੇਖਦਾ। ਕੀ ਪਸੰਦ ਨਹੀਂ ਕਰਦੇ ? ਸ਼ੌਪਿੰਗ ਪਸੰਦ ਨਹੀਂ ਕਰਦਾ।	E	Candidate gives simple information and expressed what he likes and dislikes on the internet.
ਤੁਸੀਂ ਕਿਸ ਤਰ੍ਹਾਂ ਦੇ ਕੱਪੜੇ ਪਾਉਣੇ ਪਸੰਦ ਕਰਦੇ ਹੋ ? ਮੈਂ ਡਿਜ਼ਾਈਨਰ ਕੱਪੜੇ, ਜੀਨ ਪਾਉਣੇ ਪਸੰਦ ਕਰਦੀ ਹਾਂ। **ਕਿਉਂ ?** ਕਿਉਂਕਿ ਮੇਰੀਆਂ ਸਹੇਲੀਆਂ ਵੀ ਇੱਦਾਂ ਦੇ ਕੱਪੜੇ ਪਾਉਂਦੀਆਂ।	D	Candidate responds by giving focused answer, includes opinion and justifies it.
ਤੁਸੀਂ ਨਵੇਂ ਫੈਸ਼ਨ ਬਾਰੇ ਕਿੱਥੋਂ ਸਿੱਖਦੇ ਹੋ ? ਪਹਿਲਾਂ ਮੈਂ ਟੀ ਵੀ ਤੋਂ ਨਵੇਂ ਫੈਸ਼ਨ ਬਾਰੇ ਸਿੱਖਦੀ ਸੀ। ਹੁਣ ਮੈਂ ਇੰਟਰਨੈੱਟ ਤੋਂ ਅਤੇ ਆਪਣੀਆਂ ਸਹੇਲੀਆਂ ਤੋਂ ਫੈਸ਼ਨ ਬਾਰੇ ਸਿੱਖਦੀ ਹਾਂ। **ਕੁਝ ਹੋਰ ?** ਹਿੰਦੀ ਫਿਲਮਾਂ ਦੇਖਣੀਆਂ ਪਸੰਦ ਕਰਦੀ ਹਾਂ ਕਿਉਂਕਿ ਇਨਾਂ ਤੋਂ ਵੀ ਨਵੇਂ ਫੈਸ਼ਨ ਦਾ ਪਤਾ ਲਗਦਾ।	C	Candidate presents information clearly, answers the question including two tenses and a personal opinion. The language contains different grammatical structures. Candidate also shows the ability to deal with a further unfamiliar question.

GCSE PANJABI SPEAKING
Examples of graded Answers

Question & Answer	Grade	Commentary
ਕਿਸੇ ਇੱਕ ਘਟਨਾ ਬਾਰੇ ਦੱਸੋ ਜਦੋਂ ਮੋਬਾਇਲ ਫੋਨ ਨੇ ਤੁਹਾਡੀ ਬਹੁਤ ਮਦਦ ਕੀਤੀ ? ਇੱਕ ਦਿਨ ਮੈਂ ਆਪਣੀ ਚਾਬੀ ਘਰ ਭੁੱਲ ਗਈ ਸੀ । ਜਦੋਂ ਮੈਂ ਸਕੂਲ ਤੋਂ ਘਰ ਆਈ ਤਾਂ ਘਰ ਕੋਈ ਵੀ ਨਹੀਂ ਸੀ । ਮੈਂ ਬਹੁਤ ਘਬਰਾ ਗਈ। ਮੈਨੂੰ ਪਤਾ ਨਹੀਂ ਸੀ ਲਗਦਾ ਕਿ ਮੈਂ ਕੀ ਕਰਾਂ। ਫਿਰ ਮੈਂ ਆਪਣਾ ਮੋਬਾਇਲ ਫੋਨ ਕੱਢ ਕੇ ਆਪਣੀ ਮੰਮੀ ਨੂੰ ਫੋਨ ਕੀਤਾ। ਮੇਰੀ ਮੰਮੀ ਦਸ ਮਿੰਟਾਂ ਵਿੱਚ ਹੀ ਆਪਣਾ ਕੰਮ ਛੱਡ ਕੇ ਘਰ ਆ ਗਈ। ਜੇ ਮੇਰੇ ਕੋਲ ਮੋਬਾਇਲ ਫੋਨ ਨਾ ਹੁੰਦਾ ਤਾਂ ਮੈਨੂੰ ਪਤਾ ਨਹੀਂ ਬਾਹਰ ਕਿੰਨਾ ਚਿਰ ਖੜ੍ਹਨਾ ਪੈਣਾ ਸੀ।	B	The candidate responds by giving detailed information, takes initiative to give an extended answer narring the event clearly. A variety of grammatical structures are used in candidate's response.
ਜੇ ਤੁਹਾਡੇ ਕੋਲ ਕੰਪਿਊਟਰ ਜਾਂ ਮੋਬਾਇਲ ਨਾ ਹੋਵੇ ਤਾਂ ਇਸ ਦਾ ਤੁਹਾਡੀ ਜ਼ਿੰਦਗੀ ਤੇ ਕੀ ਅਸਰ ਪਵੇਗਾ ? ਮੈਂ ਤਾਂ ਕੰਪਿਊਟਰ ਤੇ ਮੋਬਾਇਲ ਫੋਨ ਤੋਂ ਬਿਨਾਂ ਰਹਿ ਹੀ ਨਹੀਂ ਸਕਦਾ। ਮੈਂ ਆਪਣਾ ਸਕੂਲ ਦਾ ਸਾਰਾ ਕੰਮ ਕੰਪਿਊਟਰ ਤੇ ਕਰਦਾ ਹਾਂ। ਜੇ ਮੈਨੂੰ ਕਿਸੇ ਗੱਲ ਬਾਰੇ ਨਹੀਂ ਪਤਾ ਤਾਂ ਮੈਂ ਇੰਟਰਨੈੱਟ ਤੇ ਜਾ ਕੇ ਝੱਟ ਲੱਭ ਲੈਂਦਾ ਹਾਂ । ਆਪਣੇ ਵਿਹਲੇ ਸਮੇਂ ਵਿੱਚ ਮੈਂ ਅਪਣੇ ਦੋਸਤਾਂ ਨਾਲ ਫੇਸ ਬੁੱਕ ਤੇ ਗੱਲ ਬਾਤ ਕਰਦਾ ਹਾਂ ਤੇ ਗਾਣੇ ਵੀ ਕੰਪਿਊਟਰ ਤੇ ਸੁਣਦਾ ਹਾਂ। ਮੋਬਾਇਲ ਫੋਨ ਤੋਂ ਬਿਨਾਂ ਤਾਂ ਮੈਂ ਕਦੇ ਵੀ ਬਾਹਰ ਨਹੀਂ ਜਾਂਦਾ । ਮੇਰਾ ਖਿਆਲ ਹੈ ਕਿ ਕੰਪਿਊਟਰ ਅਤੇ ਮੋਬਾਇਲ ਫੋਨ ਤੋਂ ਬਿਨਾਂ ਤਾਂ ਮੇਰੀ ਜ਼ਿੰਦਗੀ ਬੜੀ ਔਖੀ ਹੋ ਜਾਵੇਗੀ।	A/A*	The candidate expresses and explains his ideas clearly and in detail. He produces extended sequence of speech using a variety of vocabulary, structures and verb tenses. The candidate expresses his answer with confidence. This candidate's pronunciation and intonation will be expected to be clear and accurate.

Use the Self Assessment Tool on page 8 to see what you need to do to get a better grade in GCSE Panjabi Speaking.